ಇಂಕಿಲಾಬ ಘೋಷಣೆ

ಕವನ ಸಂಕಲನ

ಡಾ ಶಶಿಕಾಂತ ಪಟ್ಟಣ ರಾಮದುರ್ಗ

ನುಡಿ ಪುಸ್ತಕ
ಹಂಪಿನಗರ, ಬೆಂಗಳೂರು

INKILAMBA GOSHANE : by : **Dr. Shashikant Pattan**

Published by
NUDI PUSTHAKA
1667, 6th Cross
6th `C' Main Road
Hampinagar, Bengaluru-560104
Mob: 9986167684

First Edition : 2023

Pages : 176

Price: 180/-

Copies : 1000

Size : Demy 1/8

Paper Used : 70 GSM Maplitho

ISBN : 978-93-94771-53-6

ಇಂಕಿಲಾಬ ಘೋಷಣೆ

ಪ್ರಥಮ ಮುದ್ರಣ : 2023

ಪುಟಗಳು : 176

ಪ್ರತಿಗಳು : 1000

ಅಳತೆ : ಡೆಮಿ 1/8

ಕಾಗದ : 70 ಜಿಎಸ್‌ಎಂ ಮ್ಯಾಪ್ಲಿತೋ

ಮುಖಪುಟ ವಿನ್ಯಾಸ : ಚೇತನ

ಅರ್ಪಣೆ

ಭಾರತ ಸ್ವತಂತ್ರ ಸಂಗ್ರಾಮದಲ್ಲಿ

ಕ್ರಾಂತಿಕಾರಿ ಚಳುವಳಿಯ

ಅಗ್ರ ನಾಯಕ ಭಗತ್ ಸಿಂಗ್

ರಾಜಗುರು ಸುಖದೇವ

ಇವರಂತೆ ಇನ್ನೂ ಅನೇಕ **ಹುತಾತ್ಮರಿಗೆ**

ನನ್ನ ಮಾತು

ಕನ್ನಡ ಕಾವ್ಯ ಪರಂಪರೆಯು ನವೋದಯ ನವ್ಯ ಬಂಡಾಯ ದಲಿತ ಮತ್ತು ನವ್ಯೋತ್ತರ ಕಾವ್ಯ ಪ್ರಕಾರಗಳೆಂದು ಗುರುತಿಸಿಕೊಂಡಿವೆ. 1970 ರ ದಶಕದಲ್ಲಿ ಅನೇಕ ಸಾಮಾಜಿಕ, ರಾಜಕೀಯ ಘಟನೆಗಳು ಜನಸಾಮಾನ್ಯರ ಬದುಕಿನಲ್ಲಿ ಬದಲಾವಣೆಗಳನ್ನು ತಂದವು. ಬದುಕಿನಲ್ಲಿ ಉಂಟಾದ ಕೋಲಾಹಲದಿಂದಾಗಿ ಸಾಹಿತ್ಯದಲ್ಲೂ ಬದಲಾವಣೆ ಅನಿವಾರ್ಯವೆನಿಸಿ ಬಂಡಾಯದ ದನಿ ಮೊಳಗಿತು. ಶತಶತಮಾನದಿಂದ ಸಾಮಾಜಿಕವಾಗಿ ಆರ್ಥಿಕವಾಗಿ ಶೋಷಣೆಗೆ ಅಪಮಾನಕ್ಕೆ ಕ್ರೌರ್ಯಕ್ಕೆ ಬಲಿಯಾದ ಪ್ರಜ್ಞಾವಂತ ಲೇಖಕ ಬರೆದ ಪ್ರತಿಭಟನಾ ಸಾಹಿತ್ಯವೇ ನಿಜವಾದ ದಲಿತ ಸಾಹಿತ್ಯವೆನಿಸಿತು. ದಲಿತ ಸಾಹಿತ್ಯವನ್ನು ಒಳಗೊಂಡುದೇ ಬಂಡಾಯ ಸಾಹಿತ್ಯ. ಸಾಹಿತ್ಯ ಸೃಷ್ಟಿ ಖುಷಿಗಾಗಿ ಅಲ್ಲ; ಸಾಂಸ್ಕತಿಕ ಬದಲಾವಣೆಗಳಿಗಾಗಿ ಸಂಸ್ಕತಿಯಲ್ಲಿ ಪ್ರತಿಷ್ಠಾಪಿತ ಮೌಲ್ಯಗಳು ಜಡವಾದಾಗ, ಪ್ರತಿಗಾಮಿಯಾದಾಗ ಅವುಗಳ ವಿರುದ್ಧ ಹೋರಾಡುವುದು ಬಂಡಾಯ. ಅದು ಸಾಹಿತ್ಯದಲ್ಲಿ ಅಭಿವ್ಯಕ್ತಗೊಂಡಾಗ ಬಂಡಾಯ ಸಾಹಿತ್ಯ.

ಈ ದಿಸೆಯಲ್ಲಿ ಸಂಘಟನೆಗೊಂಡ ಬಂಡಾಯ ಸಾಹಿತಿಗಳ ಸಮ್ಮೇಳನ ಕನ್ನಡ ಸಾಹಿತ್ಯ ಸಮ್ಮೇಳನವನ್ನು ವಿರೋಧಿಸುತ್ತ, 1979 ಮಾರ್ಚ್ 10–11ರಂದು ಬೆಂಗಳೂರಿನಲ್ಲಿ ಸಮಾವೇಶಗೊಡು ಈ ಚಳವಳಿಗೆ ಒಂದು ಸ್ಪಷ್ಟರೂಪ ಕೊಡಲು ಯತ್ನ ನಡೆಸಿತು. ಪ್ರಜಾಪ್ರಭುತ್ವದ ರಕ್ಷಣೆಗೆ ಹಾಗೂ ವಿಸ್ತರಣೆಗೆ; ಶೋಷಣೆಯನ್ನು ಸಮರ್ಥಿಸುವ ಯಜಮಾನ ಸಂಸ್ಕೃತಿಯ ವಿರುದ್ಧ ಹೋರಾಟಕ್ಕೆ; ಶೋಷಿತ ಜನತೆಯ ಪರವಾದ ಹೋರಾಟದ ಸಾಹಿತ್ಯ ಸೃಷ್ಟಿಗಾಗಿ ಖಡ್ಗವಾಗಲಿ ಕಾವ್ಯ ಎಂಬ ಘೋಷಣೆಗಳನ್ನು ಮೊಳಗಿಸಿತು.

ಭಾರತದಲ್ಲಿ ತುರ್ತು ಪರಿಸ್ಥಿತಿಯ ಸಂದರ್ಭದಲ್ಲಿ ಜಯಪ್ರಕಾಶನಾರಾಯಣ ಅವರ ನೇತೃತ್ವದ ಸರ್ವೋದಯ ಸಮಗ್ರ ಕ್ರಾಂತಿಗೆ ಕರೆ, ನರಗುಂದ ನವಲಗುಂದ

ರೈತರ ಬಂಡಾಯ, ಲಂಕೇಶರ ವಾರ ಪತ್ರಿಕೆ ಕನ್ನಡ ನೆಲ ಜಲ ಸಂಸ್ಕೃತಿಗೆ ಒಂದು ಹೊಸ ಆಯಾಮ ಸೃಷ್ಟಿಗೊಂಡಿತು. ವಿಮೋಚನೆ ಕ್ರಾಂತಿ ಪರಿವರ್ತನೆ ಸಂಘರ್ಷ ಹೀಗೆ ಹೋರಾಟ ಮಾನವ ಹಕ್ಕುಗಳಿಗಾಗಿ ನಡೆದ ಚಳುವಳಿಯಿಂದಾಗಿ ಹೊಸ ಸಾಹಿತ್ಯ ನಿರ್ಮಾಣದ ತೀವ್ರತೆ ಹೆಚ್ಚಿತು. ಆಗ ನಾನು ಹನ್ನೊಂದು ವರುಷದ ಬಾಲಕ. ವಿಜಯಪುರದ ಸೈನಿಕ ಶಾಲೆಯಲ್ಲಿ ಕಲಿಯುತ್ತಿದ್ದ ವೇಳೆ. ಇಡೀ ರಾಷ್ಟ್ರವೇ ಜಯಪ್ರಕಾಶ ನಾರಾಯಣರ ಕರೆಗೆ ಓಗೊಟ್ಟು ತುರ್ತು ಪರಿಸ್ಥಿತಿಯ ವಿರೋಧಿಸಿ ಜೈಲು ಸೇರಿದರು. ಕರ್ನಾಟಕದಲ್ಲಿ ಸ್ನೇಹಲತಾ ರೆಡ್ಡಿ ಜಾರ್ಜ್ ಫೆರ್ನಾಂಡಿಸ್, ರಾಮಕೃಷ್ಣ ಹೆಗಡೆ, ಜೆ ಎಚ ಪಟೇಲ ಎಸ ಆರ್ ಬೊಮ್ಮಾಯಿ ಮುಂತಾದ ಅನೇಕ ನಾಯಕರು ಜೈಲುಪಾಲಾದರು.

ಪಿ ಲಂಕೇಶ ಪೂರ್ಣ ಚಂದ್ರ ತೇಜಸ್ವಿ ಡಾ ಕಾಳೇಗೌಡ ನಾಗವಾರ ಚಂದ್ರಶೇಖರ ಪಾಟೀಲ ಮುಂತಾದ ಅನೇಕ ಅಂದಿನ ಯುವ ಕವಿಗಳು ಸಮುದಾಯ ರೈತರ ಹಿತ ರಕ್ಷಣೆ ಅನ್ಯಾಯದ ವಿರುದ್ಧ ಪ್ರತಿಭಟನೆಗೆ ಮುಂತಾದರು. ಇದರ ಪರಿಣಾಮವಾಗಿ ಕರ್ನಾಟಕದಲ್ಲಿ 1983 ರಲ್ಲಿ ಮೊದಲ ಕಾಂಗ್ರೇಸೇತರ ಸರಕಾರ ಉದಯವಾಯಿತು. ಅದು ಜನಪರ ಜನತಾ ಪಕ್ಷದ ಸರಕಾರವೆಂದೇ ಪ್ರತೀತಿ ಪಡೆದದ್ದು ಈಗ ಇತಿಹಾಸ. 1983 ರಲ್ಲಿ ನಾನು ಕರ್ನಾಟಕ ಕಾಲೇಜಿನ ವಿದ್ಯಾರ್ಥಿ ಗೋಕಾಕ ವರದಿ ರೈತ ಚಳುವಳಿಯ ಕಾವು ಏರ ತೊಡಗಿತ್ತು. ಪಿಯುಸಿ ವಿಜ್ಞಾನ ವಿದ್ಯಾರ್ಥಿಯಾದ ನಾನು ಆಗಿನ ಪ್ರೊ ಚಂದ್ರ ಶೇಕರ ಪಾಟೀಲರ ಗರಡಿಯಲ್ಲಿ ಸಾಹಿತ್ಯ ಅಧ್ಯಯನ ಓದು ಬರಹದಲ್ಲಿ ತೊಡಗಿಸಿಕೊಂಡೆನು. ತಂದೆ ತಾಯಿ ನನ್ನನ್ನು ವೈದ್ಯನನ್ನಾಗಿ ಮಾಡಬೇಕೆಂದಿದ್ದರು. ನಾನು ಎಸ ಎಫ್ ಐ ಲೋಹಿಯಾ ವಿಚಾರ ಮಂಚ ಜೆಪಿ ಚಳುವಳಿಯ ಪುನರಾವಲೋಕನ ಮಾಡ ಹತ್ತಿದೆನು.

ವಿಲಿಯಂ ವರ್ಡ್ಸವರ್ಥ್, ಶೆಲ್ಲಿ ಕೀಟ್ಸ್ ಯೀಟ್ಸ್ ಹೀಗೆ ಪಾಶ್ಚಿಮಾತ್ಯರ ಸಾಹಿತ್ಯ ಗೀಳಿನ ಜೊತೆಗೆ ಪ್ಯಾಬ್ಲೋ ನೆರೂಡ ಪುಷ್ಕಿನ್ ಮುಂತಾದ ಕ್ರಾಂತಿಕಾರಿ ಕವಿಗಳ ಸಾಹಿತ್ಯವು ಹೆಚ್ಚು ಆಕರ್ಷಿತವಾಗ ಹತ್ತಿತು. ಕುವೆಂಪುರವರ ಅವರ ನವ ಕ್ರಾಂತಿಯ ಗಾನ ನನ್ನಂತಹ ಅನೇಕ ಯುವ ವಿದ್ಯಾರ್ಥಿಗಳನ್ನು ಪ್ರಗತಿಪರ ಚಿಂತನೆಗೆ ತೊಡಗಿಸಿಕೊಳ್ಳುವಂತೆ ಮಾಡಿತು. ಅಂದು ನೆಟ್ಟ ಬೀಜ ಇಂದು ನನ್ನಲ್ಲಿ ಅನೇಕ ಕವನಗಳ ಉದಯಕ್ಕೆ ಕಾರಣವಾಗುತ್ತ ನನಗೂ ಇಂಕಿಲಾಬ್ ಹಲ್ಲಾ ಬೋಲಾ ಕಾವ್ಯ ಖಡ್ಗವಾಗಲಿ ಲೇಖನಿ ಕತ್ತಿಯಾಗಲಿ ಎಂಬ ಮನೋ ಧರ್ಮಕ್ಕೆ ಹೊಂದಿಕೊಂಡಿದ್ದೆ. ನನಗೆ ಗೊತ್ತಿರದೆ ನನ್ನೊಳಗೆ ಒಬ್ಬ ಪ್ರಗತಿ ಪರ ಕ್ರಾಂತಿಕಾರಿ ಕವಿ ಮನಸ್ಸು ವಿಕಾಸನಗೊಂಡಿತ್ತು.

ಬುದ್ಧ ಬಸವ ಅಂಬೇಡಕರ ಮಹಾತ್ಮಾಫುಲೆ, ಗಾಂಧೀ, ಡಾ ರಾಮ ಮನೋಹರ ಲೋಹಿಯಾ ಜಯಪ್ರಕಾಶ ನಾರಾಯಣ ಮುಂತಾದ ಅನೇಕ ಸಮಾಜವಾದಿ ಚಿಂತಕರ ಸಾಹಿತ್ಯದ ಅಧ್ಯಯನ ಈಗ ಹೆಚ್ಚು ಅಗತ್ಯ ಮತ್ತು ಪ್ರಸ್ತುತವೆನಿಸುತ್ತದೆ. ದೇಶಕ್ಕಾಗಿ ರಕ್ತ ಬಸಿದ ಯುವ ಯೋಧರಾದ ಭಗತ್ ಸಿಂಗ್ ಸುಖದೇವ ರಾಜಗುರು ಚಂದ್ರಶೇಖರ ಆಝಾದ ಇವರ ಹೋರಾಟ ಹುಸಿಯಾಗಬಾರದು ಭಾರತೀಯ ಜನರ ನೆನಪಿನ ಪಟಲದಿಂದ ಮಾಸಬಾರದು.

ಪ್ರಸಕ್ತ ಇಂಕಿಲಾಬ್ ಪದವನ್ನು ವೀರ ಸ್ವಾತಂತ್ರ್ಯ ಯೋಧ ಭ್ಗಗತ್ ಅವರ ಘೋಷಣೆ ಕೇವಲ ತಾನು ಬದುಕಿದ 24 ವಯಸ್ಸಿನಲ್ಲಿ ಕ್ರಾಂತಿಯ ಕಹಳೆಯಾದ ಅಪ್ರತಿಮ ದೇಶ ಭಕ್ತ ಇವರ ನೆನಪಿನ ಸ್ಮರಣೆಗಾಗಿ ಮತ್ತು ನನ್ನ ಇತರ ಕವನಗಳನ್ನು ಇಲ್ಲಿ ಸೇರಿಸಿ ಕಾವ್ಯ ಲೋಕಕ್ಕೆ ನನ್ನ ಇನ್ನೊಂದು ಕವನ ಸಂಕಲನ ಸೇರುತ್ತಿರುವುದು ನನಗೆ ಸಂತಸದ ಸಂಗತಿ ಎಂದೇ ಹೇಳುತ್ತೇನೆ. ಅಕ್ಷರ ಮಂಟಪದ ಮಾಲೀಕ ಪ್ರಕಾಶಕ ಸನ್ಮಿತ್ರ ಶ್ರೀ ಚೇತನರು ಈಗಾಗಲೇ ನನ್ನ ಗುಬ್ಬಿ ಹೇಳಿದ ಕಥೆ ಎಂಬ ಕವನ ಸಂಕಲನವನ್ನು ಪ್ರಕಟಗೊಳಿಸಿದ್ದಾರೆ. ಇಂಕಿಲಾಬ್ ಜಿಂದಾಬಾದ್ ನನ್ನ ಹದಿನಾಲ್ಕನೆಯ ಕವನ ಸಂಕಲನ. ನನ್ನ ಸಾಹಿತ್ಯ ಕೃಷಿಗೆ ಸದಾ ಪ್ರೇರಣೆ ನೀಡುತ್ತಿರವ ನನ್ನ ಮಡದಿ ಡಾ ಜಯಶ್ರೀ ಪಟ್ಟಣ ಮಗ ಅಥರ್ವ (ಮುರುಗೇಂದ್ರ) ಅಕ್ಕ ಆಶಾಲತಾ ಸೋಗಲಾದ ತಮ್ಮ ರವೀಂದ್ರ ಪಟ್ಟಣ ಮತ್ತು ನನ್ನ ಕವನಗಳನ್ನು ಓದಿ ಮೆಚ್ಚುಗೆ ಸೂಚಿಸಿದ ಅನೇಕ ಗೆಳೆಯ ಗೆಳತಿಯರಿಗೆ ನಾನು ಆಭಾರಿಯಾಗಿದ್ದೇನೆ.

ಪ್ರಕಾಶಕ ಶ್ರೀ ಚೇತನ ಅವರಿಗೆ ಅನೇಕ ಶರಣು, ಅಕ್ಷರ ಜೋಡಣೆಗೆ ಸಹಾಯ ಮಾಡಿದ ಸಹೋದರಿ ಶರಣೆ ಸುನೀತಾ ಇವರಿಗೂ ಧನ್ಯವಾದಗಳು.ನನ್ನ ಕವನಗಳನ್ನು ಮೆಚ್ಚಿಕೊಂಡು ಕವನ ಸಂಕಲನಕ್ಕೆ ಹಾರೈಕೆಗಳ ನುಡಿ ಬರೆದು ಕೊಟ್ಟು ನನ್ನನ್ನು ಪರಿಚಯಿಸಿದ ಶ್ರೀ ಕೆ ಬಿ ಮಹದೇವಪ್ಪ ಅಧ್ಯಕ್ಷರು ಅಖಿಲ ಕರ್ನಾಟಕ ವಿಚಾರವಾದಿ ಟ್ರಸ್ಟ್ (ರೆಜಿಸ್ಟರ್ಡ್) ಬೆಂಗಳೂರು ಇವರಿಗೂ ಅನಂತ ಶರಣಾರ್ಥಿ, ಈಗ ಕವನ ಸಂಕಲನ ನಿಮ್ಮ ಮುಂದೆ ಇದೆ ಓದಿ ಆನಂದಿಸಿ ಸ್[ಪಂಡಿಸಿ ಬದಲಾವಣೆ ಬಯಸುವ ಮನಸ್ಸಿನವರು ಸಮಪರ್ಕಿಸಿರಿ.

ಡಾ ಶಶಿಕಾಂತ ಪಟ್ಟಣ ಪುಣೆ ರಾಮದುರ್ಗ

09552002338

ಹಾರೈಕೆಗಳು

ಡಾ ಶಶಿಕಾಂತ ಪಟ್ಟಣ ಅವರು ವೃತ್ತಿಯಲ್ಲಿ ವೈದ್ಯ ವಿಜ್ಞಾನಿ ಔಷಧ ವಿಜ್ಞಾನ ಸಂಶೋಧಕ, ಪ್ರವೃತ್ತಿಯಲ್ಲಿ ಉತ್ತಮ ಕನ್ನಡದ ಕವಿ ವಾಗ್ಮಿ ಚಿಂತಕ ಮತ್ತು ಸ್ನೇಹಪರ ಜೀವಿ. ಔಷಧೀಯ ವಿಜ್ಞಾನದ ಒಬ್ಬ ಶ್ರೇಷ್ಠ ವಿಜ್ಞಾನಿ ಸಂಶೋಧಕ ವೈಚಾರಿಕ ಚಿಂತಕ, ಕವಿ ವಿಮರ್ಶಕ ಪ್ರಗತಿಪರ ಸಾಹಿತಿಗಳು. ಬುದ್ಧ ಬಸವ ಅಂಬೇಡಕರ ಲೋಹಿಯಾ ಜಯಪ್ರಕಾಶನಾರಾಯಣ ಅವರ ತತ್ವಗಳನ್ನು ಮೈಗೂಡಿಸಿಕೊಂಡು ಸಾಮಾಜಿಕ ಪರಿವರ್ತನೆಯ ಕನಸು ಕಾಣುವ ಇವರು ಬೆಳಗಾವಿ ಜಿಲ್ಲೆಯ ರಾಮದುರ್ಗದ ಸ್ವಾತಂತ್ರ ಹೋರಾಟದ ಮನೆತನದಲ್ಲಿ ಜನಿಸಿದವರು, ಪ್ರಾಥಮಿಕ ಶಿಕ್ಷಣವನ್ನು ರಾಮದುರ್ಗ ಮತ್ತೆ ಮುಂದೆ ಸೈನಿಕ ಶಾಲೆ ವಿಜಯಪುರ, ಪಿಯು ಸಿ ಕರ್ನಾಟಕ ಕಾಲೇಜು ಧಾರವಾಡ ಮುಂದೆ ಬೆಳಗಾವಿಯ ಜೆ ಎನ್ ಮೆಡಿಕಲ್ ಕಾಲೇಜಿನಲ್ಲಿ ಔಷಧೀಯ ವಿಜ್ಞಾನ ಮಹಾವಿದ್ಯಾಲಯದಲ್ಲಿ ತಮ್ಮ ಬಿ ಫಾರ್ಮ ಮತ್ತು ಎಂ ಫಾರ್ಮ ಮುಗಿಸಿ ಅಲ್ಲಿಯೇ ಅಧ್ಯಾಪಕರಾಗಿ ಸೇವೆ ಆರಂಭಿಸಿದರು.

ಔಷಧ ವಿಜ್ಞಾನದ ಮೇಲೆ ತಮ್ಮ ಪಿ ಎಚ್ ಡಿ ಪದವಿಯನ್ನು ಬೆಂಗಳೂರಿನ ರಾಜೀವ ಗಾಂಧೀ ಆರೋಗ್ಯ ವಿಶ್ವ ವಿದ್ಯಾಲಯದಿಂದ ಪಡೆದರು. ಕೆ ಎಲ್ ಈ ಸಂಸ್ಥೆಯಲ್ಲಿ ಸುಮಾರು ಇಪ್ಪತ್ತು ವರುಷಗಳ ವರೆಗೆ ಕಾರ್ಯ ನಿರ್ವಹಿಸಿ ಮುಂದೆ ಮಹಾರಾಷ್ಟ್ರದ ಪುಣೆಯ ಫಾರ್ಮಸಿ ಕಾಲೇಜಿನಲ್ಲಿ ಪ್ರಾಚಾರ್ಯರಾಗಿ ಸುಮಾರು ಹನ್ನೆರಡು ವರುಷಗಳಿಂದ ಸೇವೆ ಸಲ್ಲಿಸುತ್ತಾ ಜೊತೆಗೆ ಕನ್ನಡ ಸಾಹಿತ್ಯ ಸೇವೆಯನ್ನು ಅಪಾರ ಪ್ರಾಮಾಣದಲ್ಲಿ ಮಾಡಿದ್ದು ಶ್ಲಾಘನೀಯವಾದ ಸಂಗತಿ.ಗಡಿನಾಡು ಬೆಳಗಾವಿಯಿಂದ ಮಹಾರಾಷ್ಟ್ರದ ಸಂಸ್ಕೃತಿ ನಗರ ಪುಣೆಯಲ್ಲಿ ತಮ್ಮ ವೃತ್ತಿ ಮತ್ತು ಪ್ರವೃತ್ತಿಗಳನ್ನು ಸಮತೋಲನಗೊಳಿಸಿ ಜನಾನುರಾಗಿ ಸಾಹಿತಿ ಎನಿಸಿದ್ದಾರೆ.

ಆಂಗ್ಲ ಮಾಧ್ಯಮದಲ್ಲಿ ಪ್ರಾಥಮಿಕ ಶಿಕ್ಷಣ ಮುಂದೆ ತಾಂತ್ರಿಕ ವೈದ್ಯಕೀಯ ಶಿಕ್ಷಣ ಇವುಗಳ ಜೊತೆ ಜೊತೆಗೆ ಕನ್ನಡ ಸಾಹಿತ್ಯದ ಮೇಲೆ ಅಪಾರವಾದ ಪಾಂಡಿತ್ಯವನ್ನು ಹೊಂದಿರುವ ಡಾ ಶಶಿಕಾಂತ ಪಟ್ಟಣ ಅವರು ವಚನ ಸಾಹಿತ್ಯ ಸೃಜನ ಶೀಲ ಕನ್ನಡ ಕಾವ್ಯ ಪರಂಪರೆಯನ್ನು ಜೀವಂತವಾಗಿಟ್ಟುಕೊಂಡು ಉತ್ತಮ ಸಾಹಿತ್ಯ ಕೃಷಿ ಮಾಡುತ್ತಿರುವುದು ನಮ್ಮೆಲ್ಲರ ಮಧ್ಯ ಒಬ್ಬ ದಿಟ್ಟ ಸಂಶೋಧಕ ಸಾಹಿತಿ ಕವಿಯಲ್ಲದೆ ಸ್ನೇಹ ಜೀವಿ. ಅಕ್ಕನ ಅರಿವು ಬಸವಾದಿ ಶರಣರ ವಿಚಾರವೇದಿಕೆ ಮತ್ತು ವಚನ ಅಧ್ಯಯನಗಳ ಮೂಲಕ ಬಸವ ತತ್ವವನ್ನು ರಾಷ್ಟ್ರ ಮತ್ತು ಅಂತರಾಷ್ಟ್ರ ಮಟ್ಟದಲ್ಲಿ ಪ್ರಚಾರ ಮತ್ತು ಪ್ರಸಾರ ಮಾಡುವ ಅವರ ಸಂಘಟನಾ ಕೌಶಲ್ಯ ಅಪ್ರತಿಮ ಮತ್ತು ಆದರಣೀಯವಾಗಿದೆ.

ಆತ್ಮೀಯ ಸ್ನೇಹಿತರು ಪ್ರಗತಿಪರ ಚಿಂತಕ ಸಾಹಿತಿ ಔಷಧ ವಿಜ್ಞಾನಿ ಡಾ ಶಶಿಕಾಂತ ಪಟ್ಟಣ ಇವರ ವಚನ ಚಿಂತನೆ ಅರ್ಥೈಸುವ ರೀತಿ ಮನೋಜ್ಞವಾಗಿದೆ. ಕನ್ನಡ ಭಾಷೆಯ ಮೇಲೆ ಪ್ರಭುತ್ವ ವಚನಗಳನ್ನು ಸಾಂದರ್ಭಿಕವಾಗಿ ವಿಶ್ಲೇಷಿಸುವ ಕೌಶಲ್ಯತೆಯನ್ನು ಮೆಚ್ಚುವಂತದ್ದು. ವೃತ್ತಿ ಪ್ರವೃತ್ತಿ ಬೇರೆ ಬೇರೆಯಾದರು ಶರಣರ ಚಿಂತನೆಗಳನ್ನು ಆಶಯಗಳನ್ನು ವೈಚಾರಿಕವಾಗಿ ಅಭಿವ್ಯಕ್ತಗೊಳಿಸುವಲ್ಲಿ ಅವರು ಸಿದ್ಧ ಮತ್ತು ಶುದ್ಧ ಹಸ್ತರೆಂದೇ ಹೇಳಬಹುದು. ಇವರು ಈಗಾಗಲೇ ಹದಿಮೂರು ಕವನ ಸಂಕಲನಗಳನ್ನು ಪ್ರಕಟಿಸಿದ್ದು ಕನ್ನಡ ಸಾಹಿತ್ಯ ಲೋಕದಲ್ಲಿ ಉತ್ತಮ ಮೆಚ್ಚುಗೆಗೆ ಪಾತ್ರರಾಗಿದ್ದಾರೆ. ಇವರ ನೇರ ದಿಟ್ಟ ನಿರಂತರ ಬಂಡಾಯ ಧೋರಣೆಯ ಜೊತೆಗೆ ಮಾನವ ಮೌಲ್ಯಗಳ ಮನುಷ್ಯ ಸಂಬಂಧ ಹಕ್ಕುಗಳು ಸ್ನೇಹ ಪ್ರೀತಿ ಇವುಗಳ ಬಗ್ಗೆ ತಮ್ಮ ಕವನಗಳಲ್ಲಿ ಅಲ್ಲಲ್ಲಿ ವ್ಯಕ್ತ ಪಡಿಸಿದ್ದಾರೆ. ಇವರ ಕವನಗಳಲ್ಲಿ ಗಾಂಧಿ ಬುದ್ಧ ಬಸವ ಇವರ ಪ್ರಭಾವ ದಟ್ಟವಾಗಿ ಕಂಡು ಬರುತ್ತದೆ. ಸ್ನೇಹ ಪ್ರೀತಿ ಪ್ರೇಮ ಬಂಡಾಯದ ವಿಷಯಗಲ್ಲಿ ಇವರ ಮೊನಚಾದ ಟೀಕೆ ವಿಡಂಬನೆ ಓದುಗರನ್ನು ಆಕರ್ಷಿಸುವ ಗುಣ ವಿರಳ. ಇವರಿಂದ ಇನ್ನೂ ಹತ್ತಾರು ಕವನ ಸಂಕಲನಗಳು ಪ್ರಕಟಗೊಳ್ಳಲಿ ಎಂಬ ಹರಕೆಗಳೊಂದಿಗೆ ಅವರಿಗೆ ಶುಭ ಕೋರುತ್ತೇನೆ.

ಕೆ ಬಿ ಮಹದೇವಪ್ಪ
ಅಧ್ಯಕ್ಷರು
ಅಖಿಲ ಕರ್ನಾಟಕ ವಿಚಾರವಾದಿ ಟ್ರಸ್ಟ್ (ರಿಜಿ)
ಬೆಂಗಳೂರು

ಪರಿವಿಡಿ

ಇಂಕಿಲಾಬ ಘೋಷಣೆ

ಭಾವ ಪ್ರೀತಿ

ಎನ್ನ ಮಡಿಲ
ಮುಗ್ಧ ಮಗು
ನನ್ನ ಒಡಲ
ನಗೆಯು ನೀನು
ಬಾಳ ಬೆಳಕಿನ
ಜ್ಯೋತಿ ನೀನು
ನನ್ನ ಹೃದಯ
ಭಾವ ಪ್ರೀತಿಯು

ಬಿಸಿಲು ಬವಣೆ
ಕಪ್ಪು.ಮೋಡ
ಒಲವ ಮಳೆಯ
ಹಸಿರು ಸಿಂಚನ
ಕಷ್ಟ ಕೋಟಲೆ
ಕಲ್ಲು ಮುಳ್ಳು
ಕನಸು ಚಿಗುರು
ಸ್ಪಂದನ

ಅಲ್ಲ ನಮ್ಮದು ಮಠದ ಧರ್ಮ

ಅಲ್ಲ ನಮ್ಮದು ಮಠದ ಧರ್ಮ
ಇಲ್ಲ ಇಲ್ಲ ಕಾವಿ ಕರ್ಮ
ಅಲ್ಲ ನಮ್ಮದು ಪೂಜೆ ಧರ್ಮ
ಇಲ್ಲ ಸಂಪ್ರದಾಯ ಕರ್ಮ

ಇಲ್ಲ ನಮ್ಮಲಿ ಜಾತಿ ಭೇದ
ಇಲ್ಲ ಮುಹೂರ್ತ ಘಳಿಗೆ ಸೂತಕ
ಇಲ್ಲ ಸ್ವರ್ಗ ನರಕ ಪಾತಕ
ಇಲ್ಲ ಕುಂಡಲಿ ಜಾತಕ

ಇಲ್ಲ ಗದ್ದುಗೆ ಕಾಯಿ ಕರ್ಪೂರ
ಇಲ್ಲ ಗುಡಿ ಹೊನ್ನ ಗೋಪುರ
ಇಲ್ಲ ಉತ್ಸವ ಜಾತ್ರೆ ಹಬ್ಬ
ಸತ್ಯ ಸಮತೆ ನಮಗೆ ದಿಬ್ಬ

ಇಲ್ಲ ಘಂಟೆ ಜಾಂಗಟೆ ಸಪ್ಪಳ
ದೇವರ ಹೆಸರಲ್ಲಿ ಹುಗ್ಗಿ ಹಪ್ಪಳ
ಇಲ್ಲ ಇಲ್ಲಿ ಗುಲಾಮಗಿರಿಯು
ಹಾಕ ಬೇಕಿಲ್ಲ ಸಲಾಂಗಿರಿಯು

ಇಲ್ಲ ನೇಮ ವೃತದ ಧರ್ಮ
ಇಲ್ಲ ಲಾಂಛನ ಕುಣಿವ ಧರ್ಮ
ಇಂದು ಮತ್ತೆ ಮೆರೆಯುತ್ತಿವೆ
ಅದು ಬಸವ ಭಕ್ತರ ಕರ್ಮ

ಒಡಲ ಪ್ರೀತಿ

ನಿನ್ನ ತನುವ
ತೋಟದಲ್ಲಿ
ನನ್ನ ಪ್ರೀತಿಯ
ಬಿತ್ತುತ್ತಿರುವೆ
ಗೆಳತಿ

ನಿನ್ನ ಮನದ
ಅಂಗಳದಿ
ಭಾವ ಕಿರಣ
ಬಣ್ಣದ ರಂಗವಲ್ಲಿ
ಒಡತಿ

ಇರುಳು ಹಗಲು
ನಡೆವ ಹಾದಿಯಲಿ
ನಿನ್ನ ಸ್ನೇಹ ಒಲುಮೆ
ಹಚ್ಚಿಟ್ಟ ಬೆಳಕಿನ
ಪ್ರಣತಿ

ನನ್ನ ನಿನ್ನಯ
ಮಧ್ಯೆ ಕಟ್ಟಿಕೊಂಡಿತು
ಭರವಸೆಯ
ಭದ್ರ ಕೋಟೆ
ಒಡಲ ಪ್ರೀತಿ

ನಿನ್ನ ಬಿಟ್ಟು

ಬಸವಣ್ಣ
ನಿನ್ನ ಬಿಟ್ಟು
ಮಠವ ಹಿಡಿದೆವು
ನಾವು ಮೂಢ
ಮೂರ್ಖರು

ವಚನ ತೊರೆದು
ಅಪ್ಪಿ ಕೊಂಡೆವು
ವೇದ ಶಾಸ್ತ್ರ
ಪುರಾಣ ಕಥೆಗಳ
ನಾವು ಜಡ ಜೀವಿಗಳು

ಗುಡಿಯ ತೊರೆದು
ನುಡಿಯ ಕಟ್ಟಿದೆ
ನಾವು ಮಠವ ಹೊಕ್ಕೆವು
ನಿನ್ನನರಿಯದ
ದುರುಳರು

ನಿನ್ನ ಹೆಸರಲ್ಲಿ
ಸುಲಿಗೆ ಶೋಷಣೆ
ದೊಡ್ಡ ಉದ್ದಿಮೆ ನಡೆದಿವೆ
ಕಾವಿ ಲಾಂಛನ ಮೆರೆಯುತಿವೆ
ನಾವು ಕಳ್ಳ ಖದೀಮರು.

ನಿನ್ನ ಮಾರಿಕೊಂಡ ನಾವು
ಬದುಕ ಕಟ್ಟುವ ಭಕ್ತರು
ನಿತ್ಯ ಗದ್ದುಗೆ ಪೂಜೆ ನಡೆದಿದೆ
ಕಾಯಿ ಕರ್ಪೂರ ಶಬ್ದವು
ನಾವು ನಿನ್ನಯ ಭಕ್ತರು

ಅವನು ಹೊರಟನು

ಅವನು ಹೊರಟನು
ದೂರ ಪಯಣಕೆ
ಅವಳ ವಿರಹದ
ನೋವಿಗೆ

ಮತ್ತೆ ಮರಳಿ
ಅವಳ ನೋಡದೆ
ಮುಗಿಲ ಕಡೆಗೆ
ನೆಟ್ಟ ನೋಟ

ಮೋಡ ಬಿಚ್ಚಿ
ಮಳೆಯು ಹೊಯ್ಯಿತು
ಕರಗಿ ಹೋದವು
ಕಣ್ಣೀರು

ಕನಸು ಕಂಗಳ
ಮನದಂಗಳ
ಮುದುರಿ ಕೊಂಡವು
ಸ್ನೇಹ ಪ್ರೀತಿಯು

ಬಾಳ ಬಟ್ಟೆಯ
ರಂಗಿನಾಟವು
ಸೋಲು ಗೆಲುವಿನ
ಸಂತೆಯು

ಒಲುಮೆ ಪ್ರೇಮ
ಚಿಲುಮೆ ಚೇತನ
ಭಾವ ಭರವಸೆ
ಬತ್ತಿತು

ಗೆಲ್ಲುವೆವು

ಗೆಲ್ಲುವೇವು
ನಾವು ಗೆಲ್ಲುವೇವು
ಸದ್ದಿಲ್ಲದೆ ಗೆದ್ದು
ನಿಲ್ಲುವೇವು
ಸೋಲನು ಮೆಟ್ಟಿ
ನಡೆಯುವೇವು
ನಾವು ಗೆಲ್ಲುವೇವು

ಶತಮಾನಗಳ ಶಾಪ
ಹರಿದೋಗೆದು
ಜಾತಿ ಮತ ಬೇಲಿ
ಕಿತ್ತೊಗೆದು ನಾವು
ಬೆಳಕಿನ ಹಬ್ಬವ
ಕಾಣುವೇವು
ನಾವು ಗೆಲ್ಲುವೇವು

ಶೋಷಣೆ ರಹಿತ
ಸಮತೆ ಸಹಿತ
ಸಮ ಸಮಾಜವ

ಕಟ್ಟುವೆವು
ಬುದ್ಧ ಬಸವ ಗಾಂಧಿ
ಹೆಜ್ಜೆಯಲ್ಲಿ ಸಾಗುವೇವು
ನಾವು ಗೆಲ್ಲುವೇವು

ಮೂರ್ಖರ ಅಟ್ಟಿ
ಮುಗ್ಧರ ಕಟ್ಟಿ
ಸುಂದರ ಭಾರತ
ಕಟ್ಟುವೆವು ನಾವು
ಶಾಂತಿ ಪ್ರೀತಿ ಮಂತ್ರವ
ಜಪಿಸುವೇವು
ನಾವು ಗೆಲ್ಲುವೇವು

ಕೊಂದವರುಳಿದರು

ಅಂಧ ಶ್ರದ್ಧೆ ಮೂಢ ನಂಬಿಕೆ
ಮಾಟ ಮಂತ್ರ ನಿರ್ಮೂಲನೆಗೆ
ಗಟ್ಟಿಯಾಗಿ ನಿಂತನೊಬ್ಬ ಶರಣ
ಅವರೇ ಡಾ ನರೇಂದ್ರ ದಾಬೋಲ್ಕರ್
ರಸ್ತೆಯಲ್ಲಿಯೇ ಗುಂಡು ಹಾಕಿ
ಕೊಂದು ಬಿಟ್ಟ ಪಾಪಿಗಳು
ಕೊಂದವರುಳಿದರು

ವಾರ್ಕರಿ ಕಥೆಯ ಸತ್ಯವ ಬಿಚ್ಚಿ
ಹೆಣೆದರು ನುಡಿಯ ಸಾರ್ಥಕ ಮನುಜ
ಅವರೇ ನಮ್ಮಯ ಕಾಮ್ರೇಡ್
ಗೋವಿಂದ ಪನ್ಸಾರೆ
ಮುಂಜಾವಿನ ಚುಮುಚುಮು
ರಕ್ತದ ಓಕುಳಿ ಚೆಲ್ಲಿತು ಬೀದಿಲಿ
ಕೊಂದವರುಳಿದರು

ಅಂಬಲಿ ಕಂಬಳಿ ಆಸ್ತಿ
ಉಳಿದದ್ದೆಲ್ಲಾ ಜಾಸ್ತಿ
ಕನ್ನಡ ಬಸವನ ಸತ್ಯದ ಶೋಧವಾ

ಮಾಡಿದ ಶ್ರೇಷ್ಠರು
ಅವರೇ ನಮ್ಮಯ ಡಾ ಕಲಬುರ್ಗಿ
ವಿಭೂತಿ ಹಣೆಗೆ ಮುತ್ತಿಟ್ಟು ಗುಂಡು
ಕೊಂದವರುಳಿದರು

ತಂದೆಯ ಪತ್ರಿಕೆ
ನ್ಯಾಯಕ್ಕೆ ಹಿಡಿದು
ಜನಪರ ಚಳುವಳಿ ಮಾಡಿದ
ದಿಟ್ಟ ಪತ್ರಕರ್ತೆ ಗೌರಿ ಲಂಕೇಶ್
ಸಂಜೆ ಮನೆಯ ಮುಂದೆ
ಇವಳೆದೆಗೆ ತಗುಲಿತು ಗುಂಡು
ಕೊಂದವರುಳಿದರು

ಬಂದೂಕು ಪಿಸ್ತೂಲು ಒಂದೇ
ಹೊಡೆಯುವ ಕೈಗಳು ಬೇರೆ ಬೇರೆ
ಬುದ್ಧ ಬಸವ ಅಂಬೇಡ್ಕರ ತತ್ವ
ಪ್ರಸಾರ ಮಾಡುವವರ ಮಾರಣ ಹೋಮ
ಸತ್ಯವ ನಂಬಿ ಶಿಲುಬೆಗೆ ಏರಿದ
ಕೊಂದವರುಳಿದರು ನೋಡಾ
ಬಸವ ಪ್ರಿಯ ಶಶಿಕಾಂತ

ಮುಖವಿಲ್ಲದವರು

ಮುಖವಿಲ್ಲದವರು
ಮುಖವಾಡದವರು
ನಿತ್ಯ ಸತ್ಯವನ್ನು
ಕೊಲ್ಲುವವರು

ಬುದ್ಧ ಬಸವ
ಹೆಸರು ಹೇಳಿ
ಕೋಟಿ ಕೋಟಿ
ನುಂಗುವವರು

ಖಾದಿ ಕಾವಿ
ಖಾಕಿ ಧರಿಸಿ
ಸುಲಿಗೆ ಶೋಷಣೆ
ಮಾಡುವವರು

ಜಾತಿ ಮತಕೆ
ಬೆಂಕಿ ಹಚ್ಚಿ
ಮುಗ್ಧ ಹೆಣಗಳ
ಉರುಳಿಸುವವರು

ಗುಡಿ ಮಸಿದೆ
ಕದನ ಹಚ್ಚಿ
ಕೋಮು ದಳ್ಳುರಿ
ಮಾಡುವವರು

ಬಾಪು ಕನಸಿನ
ಗ್ರಾಮ ರಾಜ್ಯದ
ಗಣಿ ನೆಲ ಜಲ
ನುಂಗುವವರು

ಕ್ರಾಂತಿ ಕಹಳೆ
ಊದಿದವರ
ಗುಂಡು ಹಾಕಿ
ಕೊಲ್ಲುವವರು

ಇವರು ಕೊಂದರು

ಇವರು ಕೊಂದರು
ನನ್ನ ಶರಣರ
ನಿತ್ಯ ಮರಣ ಹೋಮವು
ಸತ್ಯ ಹೇಳಿದ
ದಿಟ್ಟ ಯೋಧರು
ಕಷ್ಟ ಕೋಟಲೆ ಮೆಟ್ಟಿಲು

ಬುದ್ಧ ಬಸವನ
ಕೊಂದು ಬಿಟ್ಟರು
ಶಾಂತಿ ಸಮಾಧಿಯಾಯಿತು
ರಕ್ತ ಕೋಡಿ ಹರಿಯಿತು
ಕಲ್ಯಾಣ ಕಟುಕರ
ಕೇರಿಯಾಯಿತು

ಗಾಂಧಿಯ ಎದೆಗೆ
ಗುಂಡನಿಟ್ಟರು
ಅಹಿಂಸೆ ಕಗ್ಗೊಲೆಯಾಯಿತು
ಈಶ್ವರಚಂದ್ರರು

ವಿಷವನುಂಡರು
ಕ್ರೌರ್ಯ ನೆಲದಿ ಮೆರೆಯಿತು

ಅಂಧಶ್ರದ್ಧೆ ಹೋಗಲೆಂದ
ದಾಬೋಲ್ಕರ
ಹತ್ಯೆಯಾದರು
ಸತ್ಯ ಹೇಳಿದ
ಪನಸಾರೆ ಇಲ್ಲವಾದರು
ಭೂಮಿ ಮೇಲೆ

ಅಗೆದು ತೋರಿದ
ಇತಿಹಾಸ ಸಂಸ್ಕೃತಿ
ಇವರೇ ಕೊಂದರು ಕಲಬುರ್ಗಿಯವರನ್ನು
ಗೌರಿ ಲಂಕೇಶ್
ಗಟ್ಟಿ ಯೋಧಳು
ಮಣ್ಣಾದಳು ಮರ್ತ್ಯದಿ

ಮತ್ತೆ ಮತ್ತೆ ಕೊಲೆ ಹಿಂಸೆ
ಸಮತೆ ಶಾಂತಿ ಸಾಯುತಿಹವು
ಗೊಡ್ಡುಪುರಾಣ ಮೆರೆದವು
ಕ್ರಾಂತಿ ಕಹಳೆ
ಮೊಳಗಬೇಕು
ಮೌಢ್ಯ ಮೆಟ್ಟಿ ನಿಲ್ಲಬೇಕು

ಹುಡುಕುತ್ತಿರುವೆ

ಹುಡುಕುತ್ತಿರುವೆ
ಹುಟ್ಟಿನಿಂದ ಬದುಕು
ಬರುವಾಗಲೇ ಅತ್ತಿದ್ದೆ
ನನ್ನವರೆಲ್ಲ ನಕ್ಕು ನಲಿದಾಡಿದರು

ಹುಡುಕುತ್ತಿರುವೆ
ಅವರೆಲ್ಲರ ನಗೆಯ
ಸಂಭ್ರಮದ ಕಾರಣ
ಸಂತಸದ ಕ್ಷಣಗಳ
ಸುಖ ನೆಮ್ಮದಿ ಶಾಶ್ವತ

ಉಡುಗೆ ತೊಡುಗೆ
ಹಣ ಧನ ಕನಕ
ಆಸ್ತಿ ಅಧಿಕಾರ ಮೋಹ
ನಿರ್ಭಾವ ನಿರಗುಣ ನಿರವಲಯ
ಸ್ನೇಹ ಪ್ರೀತಿ ನಿರಂತರ

ಹುಡುಕುತ್ತಿರುವೆ ಬದುಕು
ಬದುಕಿನಲ್ಲಿ ಸುಖ ದುಃಖ

ಸಾವು ನೋವುಗಳ ಲೆಕ್ಕ
ಹುಟ್ಟು ಸಾವು ಅಕ್ಕ ಪಕ್ಕ
ಸತ್ಯ ಹುಡುಕುವುದೇ ಬದುಕು

ಹುಡುಕುತ್ತಿರುವೆ
ಬದುಕಿನಲ್ಲಿ ಬದುಕನ್ನು
ಬದುಕಿಗಾಗಿ ಬದುಕುವುದೇ
ಬದುಕು

ಎ

ಕೊಂಡಿ

ನಾನು ನೀನು
ಬೇರೆ ಅಲ್ಲ
ಕಳೆದು ಹೋದ
ಕೊಂಡಿ
ಸ್ನೇಹ ಪ್ರೀತಿ
ಪ್ರೇಮ ಬೆಸುಗೆ
ಹತ್ತು ನನ್ನ
ಬಂಡಿ

ರಾತ್ರಿಯಿಡಿ
ಕನಸು ಕವನ
ಭಾವ ಕಿರಣ
ಕಿಂಡಿ
ನಿನ್ನ ಒಲುಮೆ
ಬಾಳ ಚಿಲುಮೆ
ಹಚ್ಚ ಹಸುರಿನ
ದಂಡಿ

ನಾನು ಬಸವ ಧರ್ಮಿ

ಅಲ್ಲ ನಾನು ಹಿಂದೂ
ಅಲ್ಲ ಶೈವ ವೀರಶೈವ
ಅಲ್ಲ ನಾನು ಲಿಂಗಾಯತ
ನಾನು ಬಸವ ಧರ್ಮಿಯು

ಬೇಡ ನನಗೆ ಗುರು ವಿರಕ್ತ
ಬೇಡ ಬೇಡ ಮಠ ಪೀಠ
ಬೇಡ ಜಾತ್ರೆ ಉತ್ಸವ
ನಾನು ಲಿಂಗ ಸಾಧಕ

ಜಾತಿ ಮತ ಪಂಥ ನೂಕಿ
ಬದುಕ ಬಲ್ಲೆ ಬಸವ ಕೂಡಿ
ಕಲ್ಲು ದೇವರ ದೂರ ದೂರ
ನಾನು ಜಂಗಮ ಪ್ರೇಮಿಯು

ದೇಸಿ ಕಸಬು ಉಳಿಯಬೇಕು
ಶ್ರಮಿಕ ವರ್ಗ ಬದುಕಬೇಕು
ದುಡಿಮೆ ಪೂಜೆ ಬೆವರು ತೀರ್ಥ
ಬಸವ ಬಾಳಿನ ಅರ್ಥವು

ಬೆಂಕಿ ಬಿದ್ದಿದೆ ಜಗದ ನೆಲಕೆ
ಬುದ್ಧ ಬಸವರ ಯೋಚನೆ
ಸತ್ಯ ಸಮತೆ ಶಾಂತಿ ಪ್ರೀತಿ
ಬಾಬಾಸಾಹೇಬರ ಸೂಚನೆ

ಎಲ್ಲಾ ಮರೆತು ಕಟ್ಟಬೇಕು
ಗಟ್ಟಿ ನಮ್ಮಯ ಭಾರತ
ಜಗದ ಏಳಿಗೆ ಹೊಸ ಭಾಷೆ
ವಚನ ಶಾಸ್ತ್ರ ಮಂತ್ರ ಸಾರ

ಮಂದಿರ

ಉದಯ ಸೂರ್ಯ
ಇರುಳು ಚಂದ್ರ
ನನ್ನ ಬಾಳಿನ
ಬಂದರ

ಹಗಲು ಇರುಳು
ಅವನ ಆಸರ
ನನ್ನ ಸ್ಫೂರ್ತಿಯ
ನೇಸರ

ಮೋಡ ಮರೆಯಲಿ
ನಗುವ ಚೆಲುವ
ಕಡಲ ನೈದಿಲೆ
ಚಂದಿರ

ಅವನ ನೆನಪಲಿ
ನಿತ್ಯ ಪಯಣ
ಪ್ರೀತಿ ಬಾನಿನ
ಸುಂದರ

ನಾನು ಅವನು
ದೂರ ನಡೆದೆವು
ಮನುಜ ಪಥದ
ಮಂದಿರ

ಹಾಡುವ ಹಕ್ಕಿ

ಭಾವದ ಬಾನಿನ
ಅಂದದ ಚೆಂದಿರ
ಸುಂದರ ಚೆಲುವಿನ
ಬೆಳದಿಂಗಳು ನೀನು

ತುಂಬಿದ ಕಡಲಿನ
ಉಕ್ಕುವ ನೆರೆ ತೊರೆ
ದೂರದ ಪಯಣದ
ದೋಣಿಯು ನೀನು

ಅರಳುವ ಮಲ್ಲಿಗೆ
ಪರಿಮಳ ಸೂಸಿ
ಮೌನದಿ ಮೆರೆಯುವ
ಕದಳಿಯು ನೀನು

ಹಸುರಿನ ಬನದಲಿ
ಹಾಡುವ ಹಕ್ಕಿಯ
ಕನಸಿನ ಗೂಡಿನ
ತತ್ತಿಯು ನೀನು

ಎದೆಯೊಳು ಪ್ರೀತಿ
ಕಾವ್ಯದ ಕಲರವ
ಶಬ್ದದ ದೀಕ್ಷೆಯ
ಮೂರ್ತಿಯು ನೀನು

ಎನ್ನೋಳು ನೀನು
ನಿನ್ನೊಳು ನಾನು
ಸಂತಸ ಬದುಕಿನ
ಜೀವವು ನೀನು

ನಿನ್ನೊಲುಮೆ

ನಿನ್ನೊಲುಮೆ ಪ್ರೀತಿಯಲಿ
ಜೀವ ಸ್ಫೂರ್ತಿ ಅರಳಿ
ಕಾವ್ಯವಾಯಿತು ಗೆಳತಿ
ಶಬ್ದ ಅಕ್ಷರದಿ

ನಿನ್ನ ಕಾಣುವ ನಿತ್ಯ ಬಯಕೆ
ಕಣ್ಣಿನಲ್ಲಿ ಚಿಗುರಿತು
ನಿನ್ನ ಮೋಹ ಮಾಯಾ ಶಕ್ತಿ
ನನ್ನ ಬದುಕಿನ ದಾರಿಯು

ನೀನು ಸುಂದರ ಭಾವ ಪ್ರೇಮ
ದೇವನೊಲುಮೇ ಕುಸುಮವು
ಸ್ನೇಹ ಸಾಗರ ಪಯಣ ಮುಕ್ತಿ
ನಿನ್ನ ನೆನಪು ಯುಕ್ತಿಯು

ನಾನು ನೀನು ನೀನು ನಾನು
ಕೂಡಿ ನಗುತ ಸಾಗಬೇಕು
ಅವನು ಹೆಣೆದ ಜೀವ ಬಲೆಯಲಿ
ಬಾಳ ಬಟ್ಟೆ ಕಾಣಬೇಕು

ಸ್ಪಂದನ

ಇರುವೆ ನಿನ್ನ ಜೊತೆಗೆ
ಸ್ನೇಹ ಪ್ರೀತಿ ಬಂಧನ
ನೋವ ಮರೆಸಿ
ನಗೆಯ ಚೆಲ್ಲುವ
ನನ್ನ ಚಿಲುಮೆ ಚೇತನ

ನೋಡಲಿಲ್ಲ ನಾನು ನೀನು
ಹಿರಿದು ಕಿರಿದು ಘನ
ಹಣ ಕನಕ ಆಸ್ತಿಯು
ಒಲುಮೆ ಪ್ರೇಮ ಭಾವವೊಂದೆ
ಬಾಳ ಬೆಳಕು ಚಂದನ

ಹಂಚಿಕೊಂಡೆವು
ಮಾತು ಮೌನ
ಮತ್ತೆ ಚಿಗುರುವ ಭಾವವು
ಕವನ ಕಟ್ಟಿ ಹಾಡುವೇವು
ನಮ್ಮ ಜೀವದ ನಂದನ

ಬಾರೆ ಗೆಳತಿ
ತನುವ ತವರಿಗೆ
ಕೂಡಿ ಬೆರೆಯುವ ಜೀವಕೆ
ಮನಕೆ ಮುದವ ನೀಡುವ
ಸ್ಫೂರ್ತಿ ಚಿಲುಮೆ ಸ್ಪಂದನ

ಕನ್ನಡಿಗರ ಹೃನಮನ

ಕುವೆಂಪು ನೀವು ಬರೆದಿರಿ ಕನ್ನಡದೀ
ಇಪ್ಪತ್ತಮೂರು ಕವನ ಸಂಕಲನ
ಮೆರೆದಾಡಿದವು ಕಬ್ಬಿಗರ
ಸಾಹಿತ್ಯದಂಕಣ
ಕೊಳಲು ನುಡಿಸಿದಿರಿ
ಮೊಳಗಿತು ಕನ್ನಡದ
ಪಾಂಚಜನ್ಯ ಪಕ್ಷಿಕಾಶಿ
ಕುಣಿಯಿತು ಶಬ್ದ ದರ್ಪಣದಿ
ನವಿಲು ಕಲಾಸುಂದರಿ
ನುಡಿದವು ಕಥನ ಕವನಗಳು
ಪಕ್ಷಿ ಇಂಚರ ದಾಟಿತು
ಕೋಗಿಲೆ ಮತ್ತು ಸೋವಿಯಟ್ ರಷ್ಯಾ
ಅದೆಷ್ಟು ನೋವು ಅಪಮಾನ
ಅಗ್ನಿಹಂಸ ಬೆದರಲಿಲ್ಲ
ಮೌನದಲಿ ಅರಳಿದವು
ಕೃತ್ತಿಕೆ ಕಿಂಕಿಣಿ.
ಅವಳ ಚೆಲುವು ಷೋಡಶಿ

ಕರೆದಳು ಭಾವ
ಚಂದ್ರಮಂಚಕೆ ಬಾ ಚಕೋರಿ
ಒಳಗೊಳಗೇ ಕೊರೆದ ಅನುಭಾವ
ಇಕ್ಷುಗಂಗೋತ್ರಿ ಜ್ಞಾನ ನಿಧಿ
ಮನೆ ಬಿಟ್ಟು ಹೋರಾಟ
ದಿವ್ಯ ಚೇತನ ಅನಿಕೇತನ
ಮನಸು ಜೇನಾಗುವ ಕ್ಷಣ
ಮೌನ ಅನುತ್ತರಾ
ಸರಳತೆಯಲಿ ಮದುವೆ
ಮಂತ್ರಾಕ್ಷತೆ
ಗಟ್ಟಿ ಗೊಂಡಿರಿ ಕದರಡಕೆ
ಹೆದರಲಿಲ್ಲ ಪ್ರೇತಕ್ಯೂ
ತೋರಿದಿರಿ ಕುಟೀಚಕ
ಮಸುಕು ಹರಿದ
ಹೊನ್ನ ಹೊತ್ತಾರೆ
ಇಳುವಿದಿರಿ ಭಾವ ಭಾರ
ಕೊನೆಯ ತೆನೆ ಮತ್ತು ವಿಶ್ವಮಾನವ ಸಂದೇಶ
ನಿಮಗಿದೋ ನನ್ನ ನಮನ
ಕುವೆಂಪು ಕನ್ನಡಿಗರ ಹೃನ್ಮನ

ಕವಿ ಶ್ರೇಷ್ಠ ಕುವೆಂಪುರವರ 23 ಕವನ ಸಂಕಲನಗಳನೊಳಗೊಂಡ ನನ್ನ ಕವನ ಅವರ ಶ್ರೀ ಚೇತನಕ್ಕೆ ಅರ್ಪಣೆ

ಽ

ಕಟ್ಟಿದರು ಕನ್ನಡವ

ಕಟ್ಟಿದರು ಗಟ್ಟಿಗಳು
ಅಜಂತಾ ಎಲ್ಲೋರಾ
ದಂತಿ ದುರ್ಗ
ಅಣ್ಣ ತಮ್ಮ
ಹೆಸರಾಯಿತು
ರಾಷ್ಟ್ರಕೂಟ

ಕಟ್ಟಿದ ವೀರ ಪುಲಿಕೇಶೀ
ಮೇಣ ಬಸದಿ ಗುಹೆಗಳ
ದೊಡ್ಡ ಬಂಡೆಯ
ಕೊರೆದು ನಿಂತರು
ದಕ್ಷಿಣ ಪಥೇಶ್ವರ
ನಮ್ಮ ಧೀರ ಚಾಲುಕ್ಯರು

ಮದುರೈ ಕಂಚಿ
ಗುಡಿ ಗೋಪುರಗಳ
ಕಟ್ಟಿ ಕೊಟ್ಟನು
ವೀರ ಬಲ್ಲಾಳ

ಆಂಧ್ರ ಕೇರಳ ತೆಲಂಗಾಣ
ಕನ್ನಡದ ರಿಂಗಣ

ವಿಜಯನಗರ ವೀರಕೇಸರಿ
ಕಲ್ಲು ರಥದ ಜಾತ್ರೆಯು
ದಾರಿ ಬೀದಿಲಿ
ಮುತ್ತು ಅಳೆದರು
ಶಿಲ್ಪ ಮೂರ್ತಿ
ಜಗದ ಕಲೆಯ ತೊಟ್ಟಿಲು

ಹಳೇಬೀಡು ಬೇಲೂರು
ಚೆಲುವ ಚಂದಿರ ನಾಡು
ಹೊನ್ನ ಚಂದನ ಬೀಡು
ಕುರಿತೋದೆದೇಯ
ಕಾವ್ಯ ರಚಿಸಿದ
ಕಬ್ಬಿಗರ ಗೂಡು

ಜಗದ ಪ್ರೇಮ ಸತ್ಯ ಸಮತೆ
ಶರಣ ವಚನ ಪ್ರೀತಿಯು
ಅಪ್ಪ ಬಸವನು ಕಟ್ಟಿ ತೋರಿದ
ಅನುಭವ ಮಂಟಪ ರೀತಿಯು
ಕಟ್ಟಿದರು ಕನ್ನಡವ ಕಿಚ್ಚಿನಲಿ ಕೈ ಹಾಕಿ
ನನ್ನ ಶರಣರು ವೀರರು

ೞ

ವೈಭವ

ಎಷ್ಟು ಸುಖಿ?
ಅವನ ಇರುವು
ಬದುಕು ರೀತಿ
ಚೆಂದವು

ಊಟ ತಿಂಡಿ
ಮಾಂಸದೂಟ
ವಾಯುವಿಹಾರ
ಆಟವು

ಬೆಚ್ಚಗಿನ ವಾಸವು
ಕುತನೀ ಗಾದಿ
ರೇಷ್ಮೆ ಹೊದಿಕೆ
ಅವನ ಪುರವಾಸವು

ಕಾರಿನಲ್ಲಿ ಮುಂದೆ
ಇರುವ ಅವನು
ಫೋಟೋ ವಿಡಿಯೋ
ಸಂಭ್ರಮ

ಪಟ್ಟದರಸ
ಹಿರಿಯ ಸ್ಥಾನ
ಸಿರಿವಂತರ
ಚಂದ್ರಮ

ದುಡಿಮೆ ಇಲ್ಲ
ಗಳಿಕೆ ಇಲ್ಲ
ಸಿರಿ ದೊರೆಯ
ವೈಭವ

ಬಡವಗಿಲ್ಲ
ಅನ್ನನೀರು
ಎಲ್ಲ ಭೋಗವು
ಅವರ ನಾಯಿಗೆ

ಭಾರತದಲ್ಲಿ ಕೋಟಿ ಕೋಟಿ ಜನರು ಅನ್ನ ಇಲ್ಲದೆ ಸಾಯುತ್ತಿದ್ದಾರೆ. ಆದರೆ ಕೆಲ ಶ್ರೀಮಂತರು ತಮ್ಮ ನಾಯಿಗಳ ವೈಭೋಗಕ್ಕೆ ನಿತ್ಯಸಾವಿರಾರು ರೂಪಾಯಿಗೆ ಅಧಿಕ ಖರ್ಚು ಮಾಡುವರು.

ಇದು ದೇಶದ ವಿಪರ್ಯಾಸ. ಇಂದು ಬೇಡುವ ಭಿಕ್ಷುಕ ಮತ್ತು ಮೆರೆಯುವ ನಾಯಿಯನ್ನು ಕಂಡೆ ಬರೆಯಬೇಕೆಂದೆನಿಸಿತು ಬರೆದು ಬಿಟ್ಟೆ.

ನಿತ್ಯ ಮಂತ್ರವು

ಇರುಳು ಕಳೆಯಲಿ
ಬೆಳಕು ಮೂಡಲಿ
ಕಂಡ ಕನಸು
ಮೊಳಕೆಯೊಡೆಯಲಿ

ತನುವು ಕುಣಿಯಲಿ
ಮನವು ತಣಿಯಲಿ
ನಿನ್ನ ನೋಟದಿ
ಪ್ರೀತಿ ಅರಳಲಿ

ಹೃದಯ ಮೂಲೆಯ
ಭಾವ ಏಳಲಿ
ಮಾತು ಮಲ್ಲಿಗೆ
ಶಬ್ದ ಸಾಲಲಿ ನಿಲ್ಲಲಿ

ಮೌನ ಮುರಿಯಲಿ
ತಂತಿ ಮೀಟಲಿ
ಪ್ರೇಮ ರಾಗವ
ಹಾಡಲಿ

ಕಹಳೆಯೊದೂತ
ಕೋಟೆ ಕಟ್ಟಲಿ
ಸ್ನೇಹ ಯುದ್ಧವ
ಗೆಲ್ಲಲಿ

ಒಡಲ ಕಡಲಲಿ
ಪುಟ್ಟ ದೋಣಿ
ದೂರ ತೀರಕೆ
ಸಾಗಲಿ

ಬುದ್ಧ ಬಸವರ
ನಿತ್ಯ ಮಂತ್ರವು
ಮಸುಕು ಕತ್ತಲೆ
ಹರೆಯಲಿ

ವಚನ ಪಿತಾಮಹ

ಮರಳುಗಾಡಿನ
ಬರಡು ನೆಲದಲಿ
ಚೆಲುವ ಚಂದನ
ಹೊನ್ನ ಬೆಳೆಯಿತು

ಬರದ ಭೂಮಿಯ
ಬಿಸಿಲು ಬೇಗೆ
ವಚನ ತಂಪು
ಹರಡಿತು

ಶರಣರೆಲ್ಲ
ಇಲ್ಲವಾದರೂ
ವಚನ ಕಟ್ಟು
ಹುಡುಕಿ ತಂದರು

ನಾಡು ನುಡಿಗೆ
ಕಳಶವಿಟ್ಟರು
ಜೀವ ತೇಯ್ದ
ಶ್ರೇಷ್ಠರು

ಹೆಂಡತಿ ಮಕ್ಕಳು
ಇಲ್ಲವಾದರು
ಕಳೆದು ಕೊಂಡರು
ಒಡವೆ ಆಸ್ತಿ

ಸಿರಿತನವ ತೊರೆದು
ಬಡತನವ ಬಯಸಿ
ಬಸವ ತಂದೆ ವಚನಕೆ
ಸಿರಿಯಾದರು ಫಕೀರಪ್ಪ

ಮರೆತು ಹೋದ ನಿಧಾನ
ಹುಡುಕಿ ಕೊಟ್ಟ ಭೂಪ
ಶರಣ ಸಂಕುಲ ಮಹಿಮ
ಇವರೇ ವಚನ ಪಿತಾಮಹ

ಜೀವ ಧಾಮಿನಿ

ನಿನ್ನ ನೋಡಲು ಆತುರ
ರಾತ್ರಿ ಕಳೆಯದ ಬೇಸರ
ನಿತ್ಯ ನನ್ನ ನೂರು ಕನಸು
ಕವನವಾಗುವ ಆಸರ

ದೂರ ದೇಶದ ಚೆಲುವು ನೀನು
ಸ್ನೇಹ ಪ್ರೀತಿ ನಗೆಯ ಬಾನು
ಮನಕೆ ಮನವು ಕೂಡಿ ಕೊಂಡಿತು
ನಾನು ನೀನು ಆನು ತಾನು

ಬೆಳೆವ ಭೂಮಿ ಪೊಡವಿ ಐಸಿರಿ
ಮನದ ಮೂಲೆಯ ಪ್ರೇಮ ಝರಿ
ಮೋಹ ಮಾಯಾ ತೊರೆವ ಪರಿ
ಸತ್ಯ ಸಮತೆ ಶಾಂತಿ ಗರಿ

ಎಲ್ಲಾ ಕಡೆಗೆ ಹುಡುಕುತ್ತಿರುವೆ
ಇದ್ದೂ ಇಲ್ಲದ ಬಯಲ ಭಾಮಿನಿ
ಮನವ ಸೆಳೆವ ಕಾಮಿನಿ
ಮುಕ್ತ ಮೋಕ್ಷ ಜೀವ ಧಾಮಿನಿ

ನಿಲ್ಲಲೊಲ್ಲದು ಮಳೆ

ಅಂದು ಬಾರದ ಮಳೆಗೆ
ಗೋಗರೆದರು ಅವರು
ಘಳಿಗೆ ಮುಹೂರ್ತ
ಯೋಗ ಕರಣ ಪಂಚಾಗ
ನೋಡಿ ಕೊನೆಗೆ ಕಪ್ಪೆ
ಕತ್ತೆಗಳ ಮದುವೆಗೆ ಸೂಚನೆ
ಸಿದ್ಧವಾಯಿತು ದಿನ
ಊರ ಹೊರಗಿನ ಕತ್ತೆಗಳ
ಗಂಡು ಹೆಣ್ಣು ಅಲಂಕಾರ
ಬಿಗಿದರು ಬಾಸಿಂಗ
ಹೆಣ್ಣಿಗೆ ಸೀರೆ ಅಲಂಕಾರ
ಊರ ತುಂಬಾ ಮೆರವಣಿಗೆ
ಪಾಪ ಕತ್ತೆಗಳಿಗೆ ಗೊತ್ತಿಲ್ಲ
ಕಪ್ಪೆಗಳಿಗೂ ಮದುವೆ
ಮಳೆಬರಲಿ ಎಂಬ ಆಶೆ
ಇವುಗಳ ನಿಬ್ಬಣಕೆ
ವಸುಧೀಶನಿಗೆ ಹೆಮ್ಮೆ
ಸಂತಸ ಪ್ರೀತಿ ಹೆಚ್ಚಾಗಿ

ಮುಗಿಲಿಗೆ ಕೊರೆದ ಕಂದರ
ನಿಲ್ಲಲೊಲ್ಲದು ಮಳೆ
ಧಾರಾಕಾರ ನೀರು
ಉಕ್ಕಿ ಹರಿವ ನದಿ ಪ್ರವಾಹ
ಕೊಚ್ಚಿ ಹೋದವು
ಗುಡಿ ಗುಡಿಸಲು ಬಂಗಲೆಗಳು
ಈಗ ಮಳೆ ಸಾಕು
ಬಿಡದ ಶನಿ ಜನರ ಮಾತು
ಹುಡುಕುತ್ತಿದ್ದಾರೆ
ಕತ್ತೆ ಕಪ್ಪೆಗಳ ಜೋಡಿ
ಇವರಿಗೆ ಈಗ
ವಿವಾಹ ವಿಚ್ಛೇದನ
ನೀಡಲು ಯೋಚನೆ
ಬೆಚ್ಚಗೆ ಸಂಸಾರ ಮಾಡುವ
ಕತ್ತೆ ಕಪ್ಪೆಗಳ ಜೋಡಿಗೆ
ವಿರಹದ ವಿದಾಯ
ಎಷ್ಟು ಸ್ವಾರ್ಥಿ ಮನುಷ್ಯ
ಪ್ರಾಣಿಗಳ ದಾಂಪತ್ಯಕ್ಕೆ
ಕಲ್ಲು ಹಾಕಿದವ

ಮಾಟ

ಏಷ್ಟು ಚೆಂದ
ಏನು ಅಂದ
ಅವಳ ರೂಪ
ಮಾಟ

ಸ್ನೇಹ ಪ್ರೀತಿ
ನಲುಮೆ ಒಲುಮೆ
ತನು ಮನದ
ಕೂಟ

ಮಾತು ನಗೆ
ಕವನ ಕಾವ್ಯ
ಅವಳ ಪ್ರೇಮ
ಪಾಠ

ನಿತ್ಯ ಬಯಕೆ
ನೂರು ಕನಸು
ಅವಳ ನೋಡುವ
ನೋಟ

ಸಂಜೆ ವಾಕ್
ರಾತ್ರಿ ಟಾಕ್
ಕದ್ದು ಭೇಟಿ
ತೋಟ

ನನಗೆ ಅವಳು
ನಾನು ಅವಳಿಗೆ
ಹೃದಯ ಮಿಲನದ
ಕೂಟ

ನಿದ್ದೆಯಿರದ
ಎಷ್ಟೋ ರಾತ್ರಿ
ನೂರು ಕನಸಿನ
ಕಾಟ

ಚಿತ್ತ ಚೇತನ

ಗೆಳತಿ
ನೀನು
ಕಳೆದು ಕೊಳ್ಳಬೇಡ
ಜನರ ಜಾತ್ರೆಯಲಿ
ಶಬ್ದಗಳ ಸಂತೆಯಲಿ
ಅಕ್ಕ ಪಕ್ಕ
ಕುಣಿಯುವ
ಮೊಹರಂ
ಹೆಜ್ಜೆಯಲ್ಲಿ
ನಿನ್ನ ನೋಟ
ಚಿತ್ತ ಚೇತನ
ಸ್ನೇಹ ಪ್ರೀತಿ
ಒಲವು ಜೀವನ

ೞ

ಬಸವಾಯತರು

ಒಬ್ಬ ಯೇಸು
ಶಿಲುಬೆ ಏರಿದ
ಅರ್ಧ ಜಗವು
ಕ್ರೈಸ್ತಮಯ
ಒಬ್ಬ ಪೈಗಂಬರ
ತ್ಯಾಗಕ್ಕಿಂದು
ಇಸ್ಲಾಂ ಧರ್ಮ
ಹುಟ್ಟಿಕೊಂಡಿತು
ಬುದ್ಧ ಭಾರತ
ಬಿಟ್ಟು ಹೋದರೂ
ಜಗದಿ ಬೆಳಗಿದ
ದಿವ್ಯ ಜ್ಯೋತಿ
ನಾನಕ ಕಟ್ಟಿದ
ಸಿಖ್ ಧರ್ಮ
ಜಗದಲಿ ಅನ್ನ
ನೀಡುತಲಿಹವು
ಸಾವಿರ ಸಾವಿರ

ಶರಣರ ಕೊಂದರು
ಬಸವ ತತ್ವದ
ಪ್ರತಿಪಾದಕರು
ಕನ್ನಡ ನೆಲದಲ್ಲಿ
ಬಸವನ ಕಗ್ಗೊಲೆ
ಬಸವಾಯತರೆನ್ನುವರು
ಯಾರಿಲ್ಲ

ೞ

ಸಮತೆ ಶಾಂತಿ

ಮಳೆ ಬರಲಿ
ಒಲವ ಪ್ರೀತಿ
ಮೋಡದೊಡಲ
ನೆಲದ ವರತಿ

ಭಾವ ಬೀಜವ
ಬಿತ್ತಿ ಹೊಲದಲಿ
ಹಸಿರು ತೆನೆಯ
ಬೆಳೆವ ರೀತಿ

ನಿನ್ನ ನೆನಪು
ತಂಪು ನೆರಳು
ಜೀವ ಪ್ರಜ್ಞೆಯ
ಕಳೆದ ಇರುಳು

ಹೃದಯ ಕೋಟೆಗೆ
ಮುಗ್ಧ ಭಾವಗಳು

ಲಗ್ಗೆ ಹಾಕಲಿ
ಗೆದ್ದು ನಿಲ್ಲಲಿ

ಮಳೆ ಬರಲಿ
ಇರಲಿ ಪ್ರೀತಿ
ಜಗವ ತಣಿಸುವ
ಸಮತೆ ಶಾಂತಿ

ಬೆಳೆದು ಬಿಡು

ಬೆಳೆದು ಬಿಡು
ಹೀಗೆ ಸುಮ್ಮನೆ
ಮುಗಿಲೆತ್ತರಕೆ
ಗಟ್ಟಿಗೊಳ್ಳಲಿ ಬೇರು
ಪಾತಾಳದಲಿ
ಮಿತಿ ಆಕಾಶ
ಅನಂತ ಯಶವು

ಯಾರೇ ಅನ್ನಲಿ
ಟೀಕಿಸಲಿ
ಬೇಡ ಅವರ
ಗೊಡವೆ
ಚಳಿ ಮಳೆ ಗಾಳಿ
ಗುಡುಗು ಸಿಡಿಲಲಿ ಬೆಳೆದ
ಆಲದ ಮರದ ಹಾಗೆ

ನಿನ್ನೆಂದು ತಿವಿದವರು
ಇಂದು ಗೂಡು

ಕಟ್ಟಿಕೊಳ್ಳುತಿಹರು
ನಿನ್ನಾಶ್ರಯದ
ನೆರಳು ತಂಪು
ನಿನ್ನೆತ್ತರಕೆ ಏಣಿ
ಸೂರ್ಯ ಚಂದ್ರರ ಸಾಕ್ಷಿ

ಉಪವಾಸ ಮಾಡಲಿಲ್ಲ

ಉಪವಾಸ ಮಾಡಲಿಲ್ಲ
ನೈವೇದ್ಯ ಹಿಡಿಯಲಿಲ್ಲ
ಹಣ್ಣು ಹಾಲು ಕುಡಿಯಲಿಲ್ಲ
ನೂರು ಗುಡಿಯ ಸುತ್ತಲಿಲ್ಲ
ರಾತ್ರಿ ಜಪವ ಮಾಡಲಿಲ್ಲ
ಕಾಯಿ ಕರ್ಪೂರ ಒಡೆಯಲಿಲ್ಲ
ಕಲ್ಲು ಅಭಿಷೇಕ ಮಾಡಲಿಲ್ಲ
ತುಳುಸಿ ಮಾಲೆ ಧರಿಸಲಿಲ್ಲ
ಉಂಡ ಎಲೆಯಲಿ ಉರುಳಲಿಲ್ಲ
ಹುಂಡಿ ಹಣ ಹಾಕಲಿಲ್ಲ
ತಟ್ಟೆ ಎತ್ತಿ ಬೇಡಲಿಲ್ಲ
ಕುರಿ ಕೋಣವ ಕಡೆಯಲಿಲ್ಲ
ಜಾತ್ರೆ ಹಬ್ಬಕೆ ಕುಣಿಯಲಿಲ್ಲ
ಬೆಂಕಿ ಕುಂಡಕೆ ಹಾರಲಿಲ್ಲ
ಶರಣರಿತ್ತ ವಚನ ಓದಿ
ಸತ್ಯ ಕಂಡು ಬದುಕಿದೆ ನೋಡಾ
ಬಸವ ಪ್ರಿಯ ಶಶಿಕಾಂತ

೮೩

ಹುಟ್ಟಿಕೊಳ್ಳುತ್ತವೆ

ಹುಟ್ಟಿಕೊಳ್ಳುತ್ತವೆ
ಹೋರಾಟಗಳು ಮುಷ್ಕರ
ಐದು ವರುಷಕ್ಕೊಮ್ಮೆ
ಚುನಾವಣೆ ಬಂತೆಂದರೆ
ಮಲಗಿದ್ದ ಕನಸುಗಳು
ಗರಿ ಗೆದರುತ್ತವೆ
ಉಕ್ಕಿ ಹರಿವ ಭಾವನೆ
ಹೆಚ್ಚಿದ ಬೇಡಿಕೆ
ಹೌದು ಬೇಕು ನಮಗೆ
ಧರ್ಮ ಮಾನ್ಯತೆ
ನಾವು ಬಸವನ ಭಕ್ತರು
ವಚನ ಓದದವರು
ಇತಿಹಾಸ ತಿಳಿಯದವರು
ಕಾವಿಗಳ ದರ್ಬಾರದಲ್ಲಿ
ಸರ್ವಾಧಿಕಾರಿ ಮಾತು
ನಾವೆಲ್ಲಾ ಕೇಳಬೇಕು
ಅಕ್ಕ ಮಾತಾಜಿ ಸ್ವಾಮಿಗಳ

ವೇದಿಕೆಯಲ್ಲಿ ದಂಡು
ರಾಜಕಾರಣಿಗಳ ಮತಕೆ
ಧರ್ಮ ಒತ್ತೆ ಇಟ್ಟವರ
ಪ್ರಶ್ನೆ ಮಾಡುವ ಹಾಗಿಲ್ಲ
ಕೂಗುತ್ತವೆ ಕಿರುಚುತ್ತೇವೆ
ದೊಡ್ಡವರ ಅಡ್ಡ ಪಲ್ಲಕ್ಕಿ
ಹೆಗಲ ಕೊಡುತ್ತೇವೆ
ಕಲ್ಯಾಣ ನೆಲದಲ್ಲಿ
ಸಾಮರಸ್ಯ ಸಾರಿದ
ಬಸವ ಭೂಮಿ
ಈಗೀಗ ಇವರು
ಒಡೆಯುತ್ತಾರೆ
ಇವರಿಗೆ ಜಿ ಹೂಜೂರ್
ಎನ್ನುವವರ ಪಾಳಿ
ಸತ್ಯ ಕೊಂದವರ
ಜೊತೆಗೆ ಕೈ ಕುಲುಪಿಕೆ
ಬಸವನ ಕೊಂದವರೆ
ಉದ್ಘಾಟಕರು ಅತಿಥಿಗಳು
ಹುತಾತ್ಮರ ಹೆಪ್ಪುಗಟ್ಟಿದ
ರಕ್ತವಿನ್ನೂ ಆರಿಲ್ಲ
ಬೇಗ ಬೇಗ ಮಲಗಿ
ಬೆಳಿಗ್ಗೆ ಹಡ್ಡಲಿಗೆ ಹಿಡಿದು
ಭಿಕ್ಷೆ ಬೇಡುವ ಹೆಸರಲ್ಲಿ

ಉಘೋ ಉಘೋ ಎನ್ನಬೇಕು
ಸುಳ್ಳು ಹೇಳುವವರ ಚಾವಡಿ
ವಿಚಿತ್ರ ವಿಸ್ಮಯ ಆದರೂ ಸತ್ಯ
ಎನಗಿಂತ ಕಿರಿಯರಿಲ್ಲ
ಬಸವನ ಭಾಷೆಯ ಕಂಡು
ಮಮ್ಮಲ ಮರುಗಿದ
ಬಸವ ಪ್ರಿಯ ಶಶಿಕಾಂತ

೧೮

ನಮ್ಮ ಆಯ್ಯನವರು

ಕಾಶಿಗೆ ಹೋಗಿ ಸಂಸ್ಕೃತ
ಕಲಿತು ಸ್ವಾಮಿಗಳಾದರು
ನಮ್ಮ ಅಯ್ಯನವರು
ವಚನ ಮರೆತು
ವೇದವ ಕಲಿತರಯ್ಯ
ನಮ್ಮ ಆಯ್ಯನವರು
ಲಿಂಗ ಮರೆತು
ಜಾತ್ರೆ ಮಾಡುತಿಹರಯ್ಯ
ನಮ್ಮ ಪೂಜ್ಯ ಆಯ್ಯನವರು
ಬಡವರ ಬವಣೆಯ ಮರೆತು
ಕೋಟಿ ಕೋಟಿ ರೂಪಾಯಿಯ
ಕಾರಿನಲ್ಲಿ ತಿರುಗುವರಯ್ಯ
ನಮ್ಮ ಆಯ್ಯನವರು
ಇಂತಹ ಆಯ್ಯ ಅಕ್ಕ ಅಣ್ಣರನ್ನು
ನೆನೆಯುತ್ತಾ ಬಸವಣ್ಣನ
ಮರೆತ ನೀಚ ಮೂಳರ
ಕಂಡು ಮರುಗಿದೆನಯ್ಯ
ಬಸವ ಪ್ರಿಯ ಶಶಿಕಾಂತ

೧೩

ಬಸವಣ್ಣನೇ ದೇವರು

ಬಸವಣ್ಣನೇ ದೇವರು
ಬಸವಣ್ಣನೇ ದೈವ
ಬಸವಣ್ಣನೇ ಸಾಕಾರ
ಸಿಂಧು
ಬಸವಣ್ಣ ಮಠಗಳಿಗೆ
ಆಧಾರ
ಬಸವಣ್ಣನೇ ಕಾವಿಗಳಿಗೆ
ಆದಾಯ
ಬಸವಣ್ಣನೇ ಸ್ವಾಮಿಗಳಿಗೆ
ಸರಕು
ಬಸವಣ್ಣನೇ ಖಾದಿಗಳಿಗೆ
ಬದುಕು
ಬಸವಣ್ಣನೇ ಸಂಸ್ಥೆಗಳ
ಬ್ಲಾಂಕ್ ಚೆಕ್ಕು
ಬಸವಣ್ಣನೇ ಸಾಹಿತಿಗಳ
ಪುಸ್ತಕ
ಬಸವಣ್ಣನ ಹೊತ್ತು

ಮರೆವರು ಮಸ್ತಕ
ಲಿಂಗ ಕಾಯವ ಮರೆತು
ಜಡ ಜಂಗಮರಿಗೆ
ಅಡ್ಡ ಬಿದ್ದು
ಬಸವಣ್ಣನ ಹೆಸರು
ಹೇಳಿ ಬದುಕುತ್ತಿರುವ
ಬಂಡ ಭಕ್ತರ ಕಂಡು
ಮರುಗಿದೇನು ನೋಡಾ
ಬಸವ ಪ್ರಿಯ ಶಶಿಕಾಂತ

೧೩

ಏನಯ್ಯ ಕಾವಿಗಳು

ಏನಯ್ಯ ಕಾವಿಗಳು
ನುಡಿದಂತೆ ನಡೆಯರು
ತಮಗೊಂದು ಪ್ರಸಾದ
ಭಕ್ತರಿಗೆ ಒಂದು ಪ್ರಸಾದ
ಹೊರಗೆ ಗುರು ವಿರಕ್ತ
ಎಂದು ಗುದ್ದಾಡಿ
ಒಳಗೊಳಗೆ ಕೈ ಕುಲುಕುವ
ಮಾವ ಗುರು ಪೀಠ
ಅಳಿಯ ವಿರಕ್ತ ಮಠ
ಕುಳಿತು ರಾರಜಿಸುವುವರ
ಕಂಡು ಮೂಕರಂತಿರುವ
ಬಸವ ಭಕ್ತರ ಸಂಖ್ಯೆ
ಹೆಚ್ಚಿದೆ ನೋಡಾ
ಬಸವ ಪ್ರಿಯ ಶಶಿಕಾಂತ

ನಿನ್ನ ನೆನಪು

ನಿನ್ನ ನೆನಪು
ಹಗಲು ಇರುಳು
ಗಾಳಿ ಮಳೆಯು
ಬಿಸಿಲು ನೆರಳು

ನಿನ್ನ ಒಲವು
ಸ್ನೇಹ ಪ್ರೀತಿ
ಜೀವ ಜಾಲಕೆ
ಸ್ಫೂರ್ತಿಯು

ಹಗಲು ಕಳೆದು
ರಾತ್ರಿ ನೆನಪಲಿ
ನಿನ್ನ ಕನಸಿನ
ಯಾತ್ರೆಯು

ಪ್ರೇಮ ಸಿಂಚನ
ಬರಡು ಭೂಮಿ

ಮೊಳಕೆಯೊಡೆಯಿತು
ಭಾವ ನಯನ

ನನ್ನ ಮನದ
ತಿಳಿಯಕೊಳದಲಿ
ನಿನ್ನ ಚೆಲುವಿನ
ಹಂಸೆಯು

ನೆಲೆಸಿ ಬಿಡು

ನನಗೆ ನಿನಗೆ
ಗೊತ್ತಾಗದೆ
ಹುಟ್ಟಿಕೊಂಡಿತು
ಅರಮನೆ
ಗಟ್ಟಿಗೊಂಡ
ಭಾವ ಬೆಸುಗೆ
ನನ್ನ ನಿನ್ನ
ಗುರು ಮನೆ
ಬೇಡ ಭೀತಿ
ನೋವು ಬಳಲಿಕೆ
ಬಂದು ನೀನು
ನೆಲೆಸಿ ಬಿಡು
ಚಿಂತೆ ಬಿಟ್ಟು
ಸುಮ್ಮನೆ

ವಿಶ್ವ ಪಥ

ಕಾಣುವ ಮನುಜನ
ಪ್ರೀತಿಯ ತೊರೆದು
ಕಾಣದ ದೇವಗೆ
ಕೈ ಮುಗಿಯುವೆವು

ಕಾಣುವ ಚಿಗುರೆಲೆ
ಹೂವ ಪತ್ರೆಯ ತಂದು
ಕಾಣದ ದೇವಗೆ
ಹಾಕುವೇವು

ಹಸಿದೊಡಲ ಬಡವಗೆ
ಅನ್ನವನಿಕ್ಕದೆ
ಕಲ್ಲಿನ ದೇವಗೆ
ಹಾಲಿನ ಹೊಳೆಯು

ದೇವರ ಹೆಸರಲಿ
ಕುರಿ ಕೋಣವ
ಕಡೆದು ಹಬ್ಬದ
ಮಾಂಸವ ಉಣ್ಣುವೆವು

ಪ್ರೀತಿಯೇ ದೇವರು
ನಂಬಿಕೆ ಭಕ್ತಿಯು
ಸತ್ಯ ಸಮತೆಯ ಸಜ್ಜೆ
ವಿಶ್ವ ಪಥದ ಹೆಜ್ಜೆಯು

೧೩

ನ್ಯಾಯ ದೇವತೆ ಮೌನಳು

ಬುದ್ಧ ಬಸವ
ಬಾಬಾಸಾಹೇಬ
ಬಾಪು ಜಯಪ್ರಕಾಶ್
ಮತ್ತೆ ಮರಳಿ ಬನ್ನಿ
ಹೊತ್ತಿ ಉರಿಯುತ್ತಿದೆ
ನನ್ನ ದೇಶ
ಶಾಂತಿ ಪ್ರೀತಿ ತನ್ನಿ

ದೇಶ ವಿಭಜನೆ
ಎಂಟು ದಶಕ
ರಕ್ತ ಹರಿಯಿತು ಕೋಡಿ
ಹಿಂದೂ ಮುಸ್ಲಿಂ
ಯುದ್ಧ ಕದನವು
ನಿಲ್ಲಲೋಲ್ಲದು
ಬದುಕು ಬಳಲಿ ಕೂಡಿ

ನ್ಯಾಯ ಸಿಕ್ಕಿತೆ
ಪಿಪ್ರಾ ದಹನಕೆ
ದಲಿತ ಮಕ್ಕಳ
ಕ್ರೂರ ಸಾವಿಗೆ
ಕರಕಲಾದವು
ಕೂಸು ಕುಡಿಗಳ
ಕೊಲೆ ನ್ಯಾಯವೆ ನೋಡಿ

ಕುದುರೆಮೋತಿ
ಪಾರವ್ವ ಹುಸೇನಬಿ
ಬೆತ್ತಲಾದರು ಬಯಲಲಿ
ಬಹಿರಂಗ ರೇಪು ಹಿಂಸೆ
ನಾಲ್ಕು ದಶಕ ಕಳೆದವು
ಖಾದಿ ಕಾವಿ ಮೆರೆದವು
ನ್ಯಾಯ ದೇವತೆ ಮೌನಳು

ಬೆಂಡಿಗೇರಿ ದಲಿತ ಮಕ್ಕಳು
ಮಲವ ತಿಂದರು ದರ್ಪಕೆ
ಮೇಲುವರ್ಗದ ಗೌಡರೆಲ್ಲ
ಕೇಕೆ ಹಾಕಿ ನಕ್ಕರು
ಏಷ್ಟೋ ವರುಷ ಕಳೆದವು
ನನ್ನ ನೆಲದ ನಾಡಿನಲ್ಲಿ
ಹೇಳಿ ಯಾರು ಸಿಕ್ಕರು

ಬಸ್ಸಿನಲ್ಲಿ ಎರಗಿ
ಕೊಂದರು ಮುಗ್ದ
ನಿರ್ಭಯ ಜೀವವ
ಎಷ್ಟು ಕ್ರೂರತೇ ಮೆರೆದೆವು
ಯಾವ ದೇಶದಿ
ಬದುಕುತಿಹೆವು
ನಾವು ರಣ ಹೇಡಿಗಳು

ಮನುಷ್ಯರಿಲ್ಲದ ಮಣಿಪುರದಲಿ
ನಿತ್ಯ ಕೊಲೆ ಹಿಂಸೆಯು
ಮುಗ್ಧ ಮಹಿಳೆಯರು
ನಗ್ನಗೊಂಡರು ನ್ಯಾಯ
ಸಿಗದು ಜೀವಕೆ
ಕಾಣಲಾಗದ ಸತ್ಯ ಶಾಂತಿ
ನೋವು ದುಃಖ ಭ್ರಾಂತಿ

ಸುದ್ಧಿ ಇಲ್ಲ ಟಿವಿ ಪತ್ರಿಕೆ
ನಿತ್ಯ ಜೀವ ಸಾವು ಮರಣ
ಕೈ ಕಟ್ಟಿ ಕುಳಿತ ನಾಯಕ
ದೇಶ ವಿದೇಶ ಪಯಣ
ಎಂದು ತಣಿವುದು
ಕೋಮು ದಳ್ಳುರಿ
ಪ್ರೇಮ ಅರಳಲಿ ನಯನ

೦೩

ಯಶವ ಕಂಡು

ಯಶವ ಕಂಡು
ಏಣಿ ಒದ್ದಳು
ಇವಳು ಬಣ್ಣದ
ಚಿಟ್ಟೆಯು

ಹೊರಗೆ ನಗೆಯು
ಒಳಗೆ ದ್ವೇಷ
ಮುಖವು ಮುಚ್ಚಿದ
ಬಟ್ಟೆಯು

ನಿತ್ಯ ಮೆರೆದಳು
ಹುಸಿಯ ಕೀರ್ತಿ
ಸತ್ಯ ಅರಿಯದ
ಮಿಟ್ಟೆಯು

ದೀಪ ಸುತ್ತಲೂ
ತಿರುಗಿ ಹಾರುತ
ಬೆಂಕಿಯೊಳಗೆ
ಸುಟ್ಟಳು

೧೭

ಬದುಕುತ್ತಿದ್ದೇವೆ

ನಾವೆಲ್ಲಾ ಬದುಕುತ್ತಿದ್ದೇವೆ
ನಿತ್ಯ ಸಾವಿನೊಂದಿಗೆ
ರಾಜಿ ಮಾಡಿಕೊಂಡು
ಸುಡುವ ಸೂರ್ಯ
ಆಮ್ಲಿಯ ಮಳೆ
ನೀಲಾತೀತ ಕಿರಣಗಳು
ಬಾಧಿಸುತ್ತವೆ ದೇಹದ
ಒಳಗೆ ಹೊರಗೆ

ಬದುಕುತ್ತಿದ್ದೇವೆ
ನಿರಂತರ ಕೊಲ್ಲುವ
ಅಣು ವಿಕಿರಣಗಳ
ಸೂಸುವಿಕೆಯ ಜೊತೆಗೆ
ಮೊಬೈಲ್ ಕಂಪ್ಯೂಟರ್
ಸೈಬರ್ ಮೇಲಣ ಪ್ರೀತಿ
ಸತ್ತು ಹೋಗಿವೆ
ಗುಬ್ಬಿ ಹದ್ದು ಪಕ್ಷಿಗಳು

ಬದುಕುತ್ತಿದ್ದೇವೆ
ಜಾಗತಿಕ ತಾಪಮಾನದಲ್ಲಿ
ನಿಗಿ ನಿಗಿ ಸೂರ್ಯ
ಕೆಂಡವನುಗುಳುತ್ತಿದ್ದಾನೆ
ಮರವ ಕಡೆದು
ಕೆರೆಯ ಅಗೆದು
ಕಾಂಕ್ರೀಟಿನ ಸಮಾಧಿಯೊಳಗೆ
ಉಸಿರುಗಟ್ಟಿ ಸಾಯುತ್ತಿದ್ದೇವೆ

ಯುದ್ಧ ಭೀತಿ
ಅಣ್ವಸ್ತ್ರಗಳ ದಾಳಿ
ಮಿಸೈಲ್ ಬಾಂಬ್ ಸಪ್ಪಳ
ನಲುಗಿದೆ ನೆಲ ಭೂಮಿ
ಸುನಾಮಿ ಚಂಡ ಮಾರುತ
ಕಡಲ ಕೊರೆತ ಸತ್ತವು
ಮೀನ ಮೊಸಳೆ ತಿಮಿಂಗಲು
ಸಾಯುತ್ತಿದ್ದೇವೆ

ಸಾವು ಬದುಕಿನೆಡೆಗೆ
ನಕ್ಕೊಮ್ಮೆ ಕುಹುಕ ಮಾತು
ಮಾಡಿದ್ದುಣ್ಣೋ ಮಾರಾಯ
ನಿತ್ಯ ಕೊಲ್ಲುತ್ತಿದ್ದೆ ಪರಿಸರ

ಈಗ ನಿನ್ನ ಗೋರಿಗೆ
ನೀನೆ ಆಕಾರ, ಇನ್ನಾದರೂ
ನಿಲ್ಲಿಸು ಹುಚ್ಚು ಕುಣಿತ
ಬದುಕ ಬಲ್ಲೆ ಬದುಕನರಿತು

ದಣಿವಾಯಿತು ದುಃಖಕ್ಕೆ

ನಾನು ಒಂಟಿ ಪಯಣಿಗ
ನಾನು ಮತ್ತು ನನ್ನ ನೆರಳು
ಒಮ್ಮೆ ಹಿಂದೆ ಒಮ್ಮೆ ಮುಂದೆ
ಬಿಸಲು ಬೆಳಕು ಗಾಳಿ ನೀರು
ನಗೆ ನೆಮ್ಮದಿ ನನ್ನ ಆಸ್ತಿ
ಕಸಿದುಕೊಳ್ಳಲು ಹಲವು ಯತ್ನ
ನೋವು ದುಃಖ ಬೆನ್ನು ಹತ್ತಿದವು
ಕಾಟ ಕೊಟ್ಟವು ತಿವಿದವು
ಚುಚ್ಚಿದವು ಘಾಸಿಗೊಳಿಸಿದವು
ನನ್ನ ಮುಗ್ಧ ಭಾವಗಳ
ಬಗ್ಗಲಿಲ್ಲ ಜಗ್ಗಲಿಲ್ಲ
ಬೇಸರದ ಉಸಿರಿಗು ಸೋರಹಾಕಲಿಲ್ಲ
ಮೌನದಿ ಮೆಲ್ಲನೆ ಹೆಜ್ಜೆ ಹಾಕಿದವು
ಅದೆಷ್ಟು ದೂರ ನಡೆದೆನು
ನಡೆಯಲಾಗದೆ ಬಳಲಿದವು
ನೋವು ನಂಜು ನನ್ನ ಕಂಡು
ದುಃಖ ದುಃಖಿಸಿತು

ನನಗೆ ದುಃಖ ನೀಡಲಿಲ್ಲವೆಂದು
ಸಂತಸ ಮುಕ್ತಿಯ ಗುರಿಯೆಡೆಗೆ
ನಗೆಯ ಪಯಣ
ದೂರವಾಯಿತು ದುಃಖ
ನನ್ನ ನಗೆಯ ಮಲ್ಲಿಗೆಯ ಕಂಡು

೭೩

ಕಾಣದಾ ದೇವರು

ಕಾಣದಾ ದೇವರು
ಧರೆಗಿಳಿದು ಬಂದರು
ಕಲ್ಯಾಣ ನಾಡಿನ
ದಿಟ್ಟ ಶರಣರು

ಹೊಲೆ ಮಾದಿಗ ಜಾತಿ
ಬಲೆ ಕಿತ್ತು ಎಸೆದವರು
ದುಡಿದು ತಿನ್ನುವ ಮರ್ಮ
ಬಸವ ಧರ್ಮ

ಗುಡಿ ಗುಂಡಾರ ಮಠ
ಬಿಟ್ಟು ಹೊರ ಬಂದವರು
ದೇಹದೊಳು ಕೈಲಾಸ
ಶಿವನನ್ನು ಕಂಡವರು

ಬಡವ ಬಲ್ಲಿದ ಭೇದ
ಒಂದಾದ ಮನೆಯೊಳು

ಕಾಮ ಮತ್ಸರ ಕ್ರೋಧ
ತೊರೆದರು ಘನದೊಳು

ಜಗವೊಂದೇ ಸಂಸಾರ
ಸತ್ಯ ಶಾಂತಿಯ ಜ್ಯೋತಿ
ನೆಲವೊಂದೆ ಹೊಲಗೇರಿ
ಜಲ ಆಚಮನ ಪ್ರೀತಿ

ಮತ್ತೆ ಬೇಕಿದೆ ಈಗ
ಬಸವ ದೇವರ ಬೆಳಗು
ಕಾಯಕ ದಾಸೋಹ ಲಿಂಗ
ಸಮತೆ ಪಯಣದ ಸಾಗು

ಬದಲಾಗುತ್ತಿದೆ ಹೆಸರು

ಬದಲಾಗುತ್ತಿದೆ ಹೆಸರು
ಬದಲಾಗದೆ ದೇಶ
ಹಸಿವು ಬಡತನ
ಕೋಮು ಗಲಭೆ
ನಿಲ್ಲಲೊಲ್ಲದು ಶೋಷಣೆ

ಕಳಿಂಗದ ಯುದ್ಧ ಸಮರ
ನಿತ್ಯ ಮಾರಣ ಯಜ್ಞ ಹೋಮ
ನಿಲ್ಲಲಾರದು ರಕ್ತ ಕೊಡಿ
ಜಾತಿ ಮತ ಪಂಥ ಜನರ
ಗುಂಪು ಗಲಭೆ ಓಕುಳಿ

ಅರಿವು ಇರದ
ಬರಡು ಭಾಷಣ
ನಿಲ್ಲಲಾರದು ಘೋಷಣೆ
ಟಿವಿ ರೇಡಿಯೋ ಪತ್ರಿಕೆ
ನಿತ್ಯ ನಿಲ್ಲದ ದೂಷಣೆ

ಗಟ್ಟಿಗೊಳ್ಳದು ನಮ್ಮ ಧ್ವನಿ
ಮಾರಿಕೊಂಡ ಮತಗಳು
ಮತ್ತೆ ಬರುವವು ಚುನಾವಣೆ
ಸತ್ತು ಹೋಗಿದೆ ಪ್ರಜಾ ಪ್ರಭುತ್ವ
ಹರಾಜಾಗಿದೆ ಪ್ರಭುದ್ಧತೆ

ಅಲ್ಲ ನಾನು ಒಂಟಿ

ಆಡಲಾಗದ ಮಾತು
ಮೌನವಾಗಿ ಉಳಿದಿದೆ
ಹಾಡಲಾಗದ ಗೀತೆ
ಕಾವ್ಯವಾಗಿ ಉಳಿದಿದೆ
ಅರಳಲಾಗದ ಭಾವ
ಮೊಗ್ಗೆ ಮುಸುಕು ಹೊದ್ದಿದೆ
ಹಾಡಬೇಕೆಂದಿರುವೆ
ಮಾತನಾಡಬೇಕೆಂದಿರುವೇ
ಎದುರಿನ ಕನ್ನಡಿ ಬಿದ್ದು
ಚೂರಾಯಿತು
ಚೂರುಗಳಲ್ಲಿ ನಾನು
ಒಬ್ಬನೇ ಕಂಡೆ
ಏಕೆ ಅವರಿವರಿಗೆ
ಹುಡುಕಾಟ
ಹಾಡಿ ಬಿಡುವೆ
ಮಾತನಾಡುವೆ
ನನ್ನೊಳಗಿನ ನನ್ನ ಜತೆಗೆ
ಅಲ್ಲ ನಾನು ಒಂಟಿ

೧೩

ಮುಗಿಯ ಬಂತು ಶ್ರಾವಣ

ಮುಗಿಯ ಬಂತು ಶ್ರಾವಣ
ಕಡಬು ಹೋಳಿಗೆ ಹೂರಣ
ಮೈಕು ಶಬ್ದ ಸಪ್ಪಳ
ಮಠದ ಅಂಗಳ ಪುರಾಣ

ಪಾದ ಪೂಜೆ ಗುರು ಕಾಣಿಕೆ
ಪೂಜೆ ಗದ್ದುಗೆ ಪಾದುಕೆ
ದಡ್ಡ ಕಾವಿಯ ದೊಡ್ಡ ಪಾಲಿಕೆ
ಮುಗ್ಧ ಭಕ್ತರ ವಾಡಿಕೆ

ಜಾತ್ರೆ ಮೇಳ ಹಬ್ಬ ಹರಿದಿನ
ಭ್ರಮೆ ಭ್ರಾಂತಿ ಸೂತಕ
ಬಸವನ ಹೆಸರಲಿ ಬದುಕು ನಡೆದಿದೆ
ಶರಣ ಗಣಕೆ ಪಾತಕ

ಶರಣ ದಾರಿಯ ಬಿಟ್ಟು ನಡೆದೆವು
ನಾವು ಬಸವ ಭಕ್ತರು
ಗೊಡ್ಡು ಪುರಾಣ ಕಥೆಯ ಕೇಳುತ
ವಚನ ಶಾಸ್ತ್ರ ಮರೆತೆವು

ಕಲ್ಲು ದೇವಗೆ ಕಾಯಿ ಒಡೆದು
ಇಷ್ಟಲಿಂಗವ ಮರೆತೆವು
ಅಪ್ಪ ಬಸವನ ಸಮತೆ ತತ್ವಕೆ
ಗೋರಿ ಕಟ್ಟಿ ಮೆರೆದೆವು

ಮುಗಿಯ ಬಂತು ಶ್ರಾವಣ
ಬೆಳಕನರಿಯದ ಕಾರಣ

೧೩

ಸತ್ಯ ಹೇಳುವ ಹೊತ್ತು

ಈಗ ಕಾಲ ಬದಲಾಗಿದೆ
ನಾವ್ಯಾರು ಸತ್ಯ ಹೇಳುವ ಹಾಗಿಲ್ಲ
ಉಸಿರುಗಟ್ಟಿದ ದಿನಗಳು
ಟಿವಿ ಪತ್ರಿಕೆ ಮಾಧ್ಯಮದವರು
ಆಳರಸರ ಗುಲಾಮರು
ಮಾರಿ ಕೊಂಡಿದ್ದಾರೆ ಹಣ ಹೆಂಡಕೆ
ರಾಜನ ದರ್ಬಾರು ವಿದೇಶ ಪ್ರಯಾಣ
ಆಗಾಗ ಬಾನುಲಿಯಲ್ಲಿ ಸುಳ್ಳಿನ ಸರಮಾಲೆ
ನಾವೆಲ್ಲರೂ ಚಪ್ಪಾಳೆ ತಟ್ಟ ಬೇಕು
ಅವರು ಹೇಳಿದಂತೆ ಕುಣಿಯಬೇಕು
ಬಂದೂಕು ಮಾತನಾಡುತ್ತವೆ
ದಾಬೋಲ್ಕರ ಪನ್ಸಾರೆ ಕಲಬುರ್ಗಿ ಗೌರಿ
ಹೆಣವಾದರು ಸತ್ಯವ ಹೇಳಿ
ಸುಳ್ಳು ಹೇಳುವವರಿಗೆ ಪ್ರಶಸ್ತಿ ಸಮ್ಮಾನ
ಮೋಸ ವಂಚನೆ ಮಾಡುವವರಿಗೆ
ರಾಜ ಮರ್ಯಾದೆ

ಸಾಲ ಮಾಡಿ ದೇಶ ಬಿಟ್ಟು ಹೋಗಬಹುದು
ಅವರ ಸಾಲ ಮನ್ನಾ
ಪಾಪ ರೈತರ ಆತ್ಮ ಹತ್ಯೆ ಇನ್ನೂ ನಿಂತಿಲ್ಲ
ನಾವು ಧ್ವಜ ಏರಿಸುತ್ತೇವೆ
ಹುಸಿ ಭರವಸೆಗಳ ಉದ್ದೂದ್ದ ಮಾತು
ನಾವು ಚುನುಮುರಿ ತಿನ್ನುತ್ತೇವೆ
ಜೈ ಜವಾನ್ ಜೈ ಕಿಸಾನ್
ಜೈಹಿಂದ್ ಘೋಷಣೆ
ಕಳೆದುಕೊಂಡೆವು
ಬಾಪು ಕಟ್ಟಿದ ಭಾರತ
ಈಗ ಸಿಡಿದೇಳಬೇಕಿದೆ
ಕೂಗಬೇಕಿದೆ ಹಕ್ಕುಗಳಿಗೆ
ಬರುವ ನಾಳಿಗೆ ಬದುಕ ಬೇಕಿದೆ
ಸತ್ಯ ಹೇಳುವ ಹೊತ್ತು

ಽ

ಕಾಯುತ್ತಿದ್ದೇನೆ

ಕಾಯುತ್ತಿದ್ದೇನೆ
ಸ್ವಾತಂತ್ರ ಸಮರಕೆ
ಮಡಿದು ಹೋದ ನನ್ನವರಿಗೆ
ಗೋರಿ ಸೀಳಿ ಬರುವರೆಂದು
ಎದುರು ನೋಡುತ್ತಿದ್ದಾನೆ
ಕುಣಿಕೆಗೆ ಗೋಣು ಕೊಟ್ಟು
ಉಸಿರುಗಟ್ಟಿ ಸತ್ತವರಿಗೆ
ಕಾಯುತ್ತಿದ್ದೇನೆ
ತುಂಡು ಬಟ್ಟೆ ತೊಟ್ಟು
ಕೋಲು ಹಿಡಿದು ದೇಶ ತಿರುಗಿದ
ತುಂಡುಬಟ್ಟೆಯ ಫಕೀರನಿಗೆ
ಸಮತೆ ಸಮಾಧಿಯಾಗಿದೆ
ಸತ್ಯ ಗಲ್ಲಿಗೇರಿದೆ
ಶಾಂತಿ ಭೀತಿಲಿ ಅಳುತಲಿದೆ
ಕಾಯುತ್ತಿರುವೆ ಬುದ್ಧ ಬಸವಗೆ
ಇಲ್ಲ ಇಲ್ಲಿ ರಕ್ಷಣೆ
ಹಸಿವು ಬಡತನ ಶೋಷಣೆ

ಲಾಠಿ ಬೂಟು ಕೋಟು
ಅಧಿಕಾರದ ಅಮಲು
ಬಂದೂಕಿನ ನಳಿಕೆಯ
ಗುಂಡುಗಳ ಅಟ್ಟಹಾಸ
ಮಹಾತ್ಮಾ ಗಾಂಧಿಯ ನೆನಪು
ಮಣಿಪುರದಲ್ಲಿ ಬೆತ್ತಲೆ ಮೆರವಣಿಗೆ
ಯಾರು ಬಾಯಿ ಬಿಡುವಂತಿಲ್ಲ
ತಿವಿಯುತ್ತಾರೆ ಕೊಲ್ಲುತ್ತಾರೆ
ಮಾನ ಮರ್ಯಾದೆ
ಹರಾಜು ಹಾಕುತ್ತಾರೆ
ಧ್ವನಿ ಎತ್ತ ಬೇಕಿದೆ
ಮಟ್ಟ ಹಾಕಬೇಕಿದೆ
ಕಾಯುತ್ತೇನೆ ಭಗತ ಸುಭಾಷ್
ಚೆನ್ನಮ್ಮ ಅಬ್ಬಕ್ಕ ಝಾನ್ಸಿ ರಾಣಿಗೆ
ಬರಬಹುದು ನಮ್ಮ ಮೊರೆಗೆ ಓಗೊಟ್ಟು
ಕಾಯುತ್ತಿದ್ದೇನೆ ಸ್ವತಂತ್ರ ಸಮರಕೆ
ಹುಡಿಯಲ್ಲಿ ಮಡಿದವರ
ದಿಟ್ಟ ಯೋಧರಿಗೆ

ಪ್ರೀತಿಯೊಂದೇ

ನೀನು ನಾನು
ನಾನು ನೀನು
ಹುಡುಕುತ್ತಿದ್ದೇವೆ
ನಮ್ಮ ನಮ್ಮಲ್ಲಿ
ಒಮ್ಮೆ ನಿನ್ನನ್ನು
ಒಮ್ಮೆ ನನ್ನನ್ನು
ರಸ ಗುಣ
ಭಾವ ಪ್ರೀತಿಯ
ಒಮ್ಮೊಮ್ಮೆ
ಇಳಿಯುತ್ತವೆ
ಅನುಭಾವದ ಆಳಕ್ಕೆ
ಅಪ್ಪಳಿಸುವ
ಕಡಲ ತೆರೆ ಪಾದಕ್ಕೆ
ಶುಭ ಸಂಜೆ
ಹಕ್ಕಿ ಗೂಡು ಸೇರಿದವು
ಚುಕ್ಕೆ ಮಿನುಗುತಿವೆ
ರಾತ್ರಿ ಮತ್ತೆ
ಕನಸು ಕಾಣುವ ತವಕ
ಅರಿತೆವು ನಾನು ನೀನು
ಪ್ರೀತಿಯೊಂದೇ ಆಸ್ತಿಯು

ಹುಡುಕ ಬೇಡ

ಹುಡುಕ ಬೇಡ
ಹೋಗುವ ಹಾದಿಯಲ್ಲಿ
ಕಾಲಿಗೆ ಚುಚ್ಚುವ
ಕಲ್ಲು ಮುಳ್ಳುಗಳನು

ಗೊಣಗಬೇಡ
ನೆತ್ತಿಯ ಮೇಲಿನ
ಸುಡುವ
ಉರಿವ ಬಿಸಿಲಿಗೆ

ನಡುಕ ಬೇಡ
ಹೊರಗಿನ
ಕೊರೆವ
ತಂಪು ಚಳಿಗೆ

ಶಪಿಸ ಬೇಡ
ಸುರಿವ ಮೋಡ
ಧಾರಾಕಾರ
ತೊಯ್ವ ಮಳಿಗೆ

ಹುಡುಕಬೇಡ ನಮ್ಮೊಳು
ರಸ ಗುಣ ತಮಸ ಸುಖ
ಬದುಕಿ ಬಿಡೋಣ ಪ್ರೀತಿ ಹಂಚಿ
ಮಳೆ ಬಿಸಿಲು ಗಾಳಿಯಂತೆ

ಸತ್ಯ ಹೇಳುವವ

ಸತ್ಯ ಹೇಳುವವ
ಸಿಟ್ಟಿಗೆಳುತ್ತಾನೆ
ಸಿಟ್ಟಿಗೆದ್ದಾಗ
ತಿವಿಯುತ್ತಾನೆ
ಚುಚ್ಚುತ್ತಾನೆ
ಮತ್ತೆ ಮೌನದ ಉಸಿರು
ಒಂಟಿಯಾಗುತ್ತಾನೆ
ಒಳಗೊಳಗೆ ನೋವು
ದುಃಖ ಕಳವಳ
ಏಕಾಂಗಿಯ ಕಹಿ ದಿನಗಳು
ಅವಮಾನ ಟೀಕೆಗೆ
ಗುರಿಯಾಗುತ್ತಾನೆ
ಮರಗುತ್ತಾನೆ
ಬದಲಾಗದ ಸಮಾಜ
ಕಣ್ಣೀರು ಹಾಕುತ್ತಾನೆ
ಹೀಗೆ ಒಬ್ಬಂಟಿಗ
ಸರಕಾರಿ ಶವ ವಾಹನದಿ

ಪಯಣ

ಮುಖದ ಮೇಲೆ

ನಿರ್ಲಿಪ್ತತೆ ನಗೆಯು

ವಿದಾಯ ಹೇಳುತ್ತಾನೆ

ಸತ್ಯದ ಮೂಟೆಯ ಹೊತ್ತು

ಗಟ್ಟಿಗೊಂಡಿತು

ಅವಳ ಭಾವ
ಇವನ ಪದಗಳು
ಕೂಡಿ ಹೆಣೆದವು
ಕಾವ್ಯವು

ಅವಳ ಕನಸು
ಇವನ ಬಯಕೆ
ಸೇರಿ ಬೆರೆತವು
ಪ್ರೀತಿಯು

ಅವಳ ಕಳವಳ
ಇವನ ಸ್ಪಂದನೆ
ಹೆಜ್ಜೆ ಹಾಕಿತು
ಜೀವವು

ಒಲವು ತುಂಬಿದ
ಚೆಲುವ ತೋರಣ
ಹಬ್ಬ ಸಡಗರ
ಕಟ್ಟೆಯು

ಭದ್ರ ಕೋಟೆ
ಮಾತು ಭರವಸೆ
ಗಟ್ಟಿಗೊಂಡಿತು
ಬಟ್ಟೆಯು

ಗೂಡು ಕಟ್ಟಿತು

ಬಿಸಿಲು ಬವಣೆ
ಕಡಲು ಕಾಯ್ದು
ಆವಿಯಾಯಿತು
ಪ್ರೀತಿಯು

ಮೇಲೆ ಮೋಡ
ತಂಪು ತವರಲಿ
ಹೆಪ್ಪುಗಟ್ಟಿತು
ಭಾವವು

ಭಾರವಾಯಿತು
ಹೃದಯ ಒಲವು
ಮೋಡ ಬಿಚ್ಚಿತು
ಬಾಳ ಮಳೆಯು

ಬರಡು ನೆಲದಲಿ
ಹಸಿರು ಐಸಿರಿ
ತೃಪ್ತಗೊಂಡಿತು
ಇಳೆಯ ಬೆಳೆಯು

ಬದುಕು ಭರವಸೆ
ಕನಸು ಬಯಕೆ
ಗೂಡು ಕಟ್ಟಿತು
ಪಕ್ಷಿಯು

ಇಂಕಿಲಾಬ ಘೋಷಣೆ | 109

ತುತ್ತು

ಹಲವು ಕನಸಿನ
ಭಾವ ಬುತ್ತಿಯ
ಮೊಸರು ಬೆಣ್ಣೆ
ತುತ್ತು ನೀನು

ಬಿಸಿಲು ತಣಿವಿಗೆ
ತಂಪು ನೀಡುವ
ರಾಗಿ ಅಂಬಲಿ
ಮಜ್ಜಿಗೆ

ತೊಯ್ಯುವ ಮಳೆಗೆ
ಹಿಡಿವ ಕೊಡೆಯು
ದೂರ ದಾರಿಯ
ಸಜ್ಜಿಗೆ

ಒಡಲ ಪ್ರೀತಿಯ
ಮುಗ್ಧ ಮನಸ್ಸು
ಗೂಡು ಕಟ್ಟಿದ
ಕಾವ್ಯ ನೀನು

ನನ್ನ ಬಾಳಿನ
ಮಿಣುಕು ಬೆಳಕು
ನನ್ನ ಬದುಕಿನ
ಜೀವವು

ಕಲ್ಯಾಣ ನೋಡು

ಎಂತ ಚೆಂದುಳ್ಳ
ಕಲ್ಯಾಣ ನೋಡು
ಅಪ್ಪ ಬಸವನು
ಕಟ್ಟಿದ ನಾಡಿದು

ದಲಿತ ಬಡವರು
ಬದುಕಿದ ಗೂಡು
ವಚನ ಬರೆದು
ಸ್ವರ ಹಚ್ಚಿದ ಹಾಡು

ದುಡಿದು ಗಳಸಿ
ಹಂಚಿ ತಿಂದ ನಾಡು
ಸತ್ಯ ಸಮತೆ ಶಾಂತಿ
ಕಂಡ ಬೀಡಿದು

ಅಕ್ಕ ಅಲ್ಲಮ ಸಿದ್ಧ
ಶರಣರ ನಾಡಿದು
ಅನುಭವದ ಉರಿಯುಂಡ
ಕರ್ಪುರದ ಕಾಡಿದು

ಬಾನಂಗಳದಲ್ಲಿ

ಬಾನಂಗಳದಲ್ಲಿ
ಕಂಕಣ ಕಟ್ಟಿದ
ಚಂದ್ರನ ಚೆಲುವಿನ
ಒಲುಮೆಯ ನೀನು

ಚುಕ್ಕೆಯ ತವರಿಗೆ
ತನುವನು ನೀಡಿದ
ಸ್ಫೂರ್ತಿಯ ನೆಲೆ ಸೆಲೆ
ಪ್ರಜ್ಞೆಯು ನೀನು

ಗಗನದಿ ಹಾರುವ
ಪಕ್ಷಿಯ ರೆಕ್ಕೆಗೆ
ಶಕ್ತಿಯ ತುಂಬುವ
ಭಾವವು.ನೀನು

ಕಾಣದ ಕಡಲಿನ
ತೆರೆ ಮರೆ ಹಾಯಿಯ
ದಿಕ್ಕನು ತೋರುವ
ಬಟ್ಟೆಯು ನೀನು

ಕವಿ ಕೋಗಿಲೆ ಹಾಡುವ
ಕಾನನ ಮಧ್ಯದ
ಹಸುರಿನ ಚಿಗುರಿನ
ಜೀವವು ನೀನು

ಕರುಣ

ನಗಲು ನೀನು
ನಗುವೆ ನಾನು
ಸ್ನೇಹ ಪ್ರೀತಿ
ಹೂರಣ

ಭಾವ ತೇರಿನ
ಒಲುಮೆ ಹಗ್ಗವು
ನಿತ್ಯ ಉತ್ಸವ
ಕಾರಣ

ನಿನ್ನ ನೋಟ
ದಿವ್ಯ ಶಕ್ತಿ
ಬಾಳ ಬದುಕಿನ
ಪ್ರೇರಣ

ನಿನ್ನ ಹೆಜ್ಜೆ
ಸತ್ಯ ಸಮತೆ
ದೂರ ಪಯಣದ
ಧೋರಣ

ನಾನು ನೀನು
ಕೂಡಿ ಇರಲು
ನೆಲದ ಮೇಲಿನ
ಕರುಣ

೮೩

ಶಾಂತಿ ಸುಖ

ಯಾವ ರಸ
ದೈವ ಗಂಗೆಯ
ಮಿಂದ ಮೂರುತಿ
ನೀನು

ಯಾವ ಭಾವದ
ಕವನ ಕಾವ್ಯದ
ಶಬ್ದ ಅಕ್ಷರ
ನೀನು

ಯಾವ ತೋಟದ
ಹಸಿರು ಬನದಿ
ಅರಳಿ ನಿಲ್ಲುವ
ಮಲ್ಲಿಗೆ

ಯಾವ ಬಾನಿನ
ಚೆಲುವ ಚುಕ್ಕೆಯ
ಹೊಳಪು ಬೆಳಕು
ನೀನು

ನಡೆವ ದಾರಿ
ಇಟ್ಟ ಗುರಿ
ಮನವು ಜಾರಿತು
ನಿನ್ನಲ್ಲಿ

ನೀನು ನನ್ನಯ
ಶಾಂತಿ ಸುಖವು
ಜೀವ ಜಲದ
ಪ್ರೀತಿಯು

ಫ್ರೀ ಟಿಕೆಟ್

ನಮ್ಮ ದೇಶ ಈಗ
ಚಂದ್ರನ ಮೇಲೆ
ಕಾಲಿಟ್ಟಿದೆ
ಅಲ್ಲಿಯೂ ಭೂಮಿ
ಹಸಿರು ಮಳೆ ಬೆಳೆ
ಅಲ್ಲಿ ಇನ್ನೂ
ಶಿವ ಪಾರ್ವತಿ ಗಣಪತಿ
ಭೇಟಿ ಆಗಿಲ್ಲ
ಎಲ್ಲ ಮಹಿಳೆಯರು
ಹೋಗಬೇಕೆನ್ನುತ್ತಾರೆ
ಚಂದ್ರಯಾನಕ್ಕೂ
ಭಾರಿ ಬೇಡಿಕೆ
ಅಲ್ಲಿ ಉಚಿತ ಮನೆ
ನೀರು ವಿದ್ಯುತ್
ಇತ್ತೀಚಿಗೆ ಬಸ್‌ನಲ್ಲಿ

ಕಾಣದ ಗದ್ದಲ
ಮಹಿಳೆಯರು
ಚಂದ್ರಯಾನಕ್ಕೆ
ಸಾಲಾಗಿ ನಿಂತಿದ್ದಾರೆ
ಅಲ್ಲಿಯೂ ಫ್ರೀ ಟಿಕೆಟ್
ಆಧಾರ ಕಾರ್ಡ್ ಇದ್ದರೆ ಸಾಕು
ಉಚಿತ ಪ್ರವಾಸ ಮಾಡಬಹುದು

ಬುದ್ಧಿವಂತರ ಮಧ್ಯೆ

ಬುದ್ಧಿವಂತರ ಮಧ್ಯೆ
ಬುದ್ಧನಾಗಿರಬೇಕು
ಮೂರ್ಖರ ತಂಡದಲ್ಲಿ
ಮೌನಿಯಾಗಿರಬೇಕು
ಹುಚ್ಚರ ಎದುರಲ್ಲಿ
ಅತೀ ಹುಚ್ಚನಾಗಿರಬೇಕು
ಜಗಳಗಂಟರ ನಡುವೆ
ಶಾಂತನಾಗಿರಬೇಕು
ವಾಚಾಳಿ ವಾದಿಗಳ ಎದುರು
ಕಿವುಡನಾಗಿರಬೇಕು
ಪ್ರದರ್ಶನ ನೀಡುವರ ಮಧ್ಯೆ
ಕುರುಡನಾಗಿರಬೇಕು
ಕಾವಿ ಖಾದಿಯ ಎದುರು
ಮೂಕನಾಗಿರಬೇಕು
ಕವಿಯ ಕಾವ್ಯವನುಂಡು
ಸಂತಸದಿ ಇರಬೇಕು

ಜ್ಞಾನಿಗಳ ಮುಂದೆ
ಬಡವನಾಗಿರಬೇಕು
ಲಿಂಗ ಜಂಗಮದ ಎದುರು
ಭಕ್ತನಾಗಿರಬೇಕು
ವಚನಗಳ ಎದುರು
ಹಸನಾಗಿ ಇರಬೇಕು
ಕಲ್ಯಾಣ ನೆನೆವೊಡೆ
ಬಸವನಂತಾಗಬೇಕು
ಕಾಯಕ ದಾಸೋಹದಲಿ
ಶರಣನಂತಾಗಬೇಕು
ಬಸವ ಪ್ರಿಯ ಶಶಿಕಾಂತ

ಚಂದ್ರನ ಮೇಲೊಂದು

ಚಂದ್ರನ ಮೇಲೊಂದು
ಗುಡಿಯ ಕಟ್ಟುವೆವು
ಜಾಗಟೆ ಘಂಟೆ ಧೂಪ
ರುದ್ರ ಮಂತ್ರ ಜಪ ದೀಪ

ಅಲ್ಲೊಂದು ನಾವು
ಮಸೀದಿ ಕಟ್ಟುವೆವು
ಬೆಳಗಿನ ಐದಕ್ಕೆ
ಅಜಾನ್ ನಮಾಜ್

ಚರ್ಚು ಪೋಪರ ಮಾತು
ಅಲ್ಲಿಲ್ಲ ಮತಾಂತರ ಪಿಡುಗು
ರವಿವಾರ ಪ್ರಾರ್ಥನೆ
ಬೈಬಲ್ ಓದು

ಎಲ್ಲಮ್ಮನ ಜಾತ್ರೆಗೆ
ಬೆತ್ತಲೆಯ ಸೇವೆ
ಜೋಗಮ್ಮನ ಕುಣಿತ
ಚಂದ್ರನ ಮೇಲೆ

ಚಂದ್ರನ ಮೇಲೊಂದು
ಮಠ ಕಟ್ಟುವೆವು ನಾವು
ದೊಡ್ಡ ಪೀಠದ ಮೇಲೆ
ದಡ್ಡ ಕಾವಿಯ ದಾಳಿ

ಚಂದ್ರನ ಮೇಲೊಂದು
ಕಟ್ಟುವೆವು ಧರ್ಮ ಕ್ಷೇತ್ರ
ಕೋಮು ಗಲಭೆಯ ಬುಗಿಲು
ಹಿಂದೂ ಮುಸ್ಲಿಂರ ಕುರುಕ್ಷೇತ್ರ

ಚಂದ್ರನ ಮೇಲೊಮ್ಮೆ
ಓದುವೇವು ನಾವು
ಬುದ್ಧ ಬಸವರ ವಚನ
ಮನುಜ ಪಥಕೆ

೧೩

ಬಸವನ ಹೆಸರಲ್ಲಿ

ಬಸವನ ಹೆಸರಲ್ಲಿ
ಬದುಕುವೆವು ನಾವು
ಮಠಗಳಲಿ ಪೀಠದಲಿ
ಆಶ್ರಮಗಳ ಆಶ್ರಯದಲಿ
ಹುಗ್ಗಿ ಹೋಳಿಗೆ ಉಂಡು
ಕುಂಡಿಗೆ ಕೈ ಸವರಿ
ಭಜನೆ ಪದಗಳ ನಾವು
ಕುಣಿ ಕುಣಿದು ಹಾಡುವೆವು
ಕೊಲೆಗಾರ ಅತ್ಯಾಚಾರಿಗೆ
ಮಣೆ ಹಾಕುವೆವು ನಾವು
ದೊಡ್ಡ ಆಸನ ಮೇಲೆ
ದಡ್ಡ ಕಾವಿಯ ಮಾತು
ಅವರ ಪಾದ ಪೂಜೆಯ ಮಾಡಿ
ನೀರು ಕುಡಿಯುವೆವು ನಾವು
ಮಠದ ತೇರಿಗೆ ಗಟ್ಟಿ
ಹಗ್ಗ ಹೊಸೆಯುವ ನಾವು
ಅವರ ಗದ್ದುಗೆ ಎದುರು

ಅಭಿಷೇಕ ಸುಲಿಗೆ
ಶ್ರಾವಣ ಬಂದರೆ ಸಾಕು
ಕೋಟಿ ಬಿಲ್ವಾರ್ಚನೆ
ಮಠದ ಅಂಗಳ ಬೆಳಕು
ಲಕ್ಷ ದೀಪೋತ್ಸವ
ಉನ್ಮಾದ ಉತ್ಸಾಹದಲಿ
ಹೆಜ್ಜೆ ಹಾಕುವೆವು ನಾವು
ಬಸವ ನಾಮ ಮಂತ್ರದಲ್ಲಿ
ಮೂಢರಾದೇವು ನಾವು
ಮಠದಲ್ಲಿ ಬಸವನ ಮೂರ್ತಿ
ಸ್ವಾಮಿಗಳ ಕೀರ್ತಿ
ವ್ಯವಹಾರ ಲೆಕ್ಕಕ್ಕೆ
ಜಂಗಮರ ಪ್ರೀತಿ
ಕಳೆದು ಹೋದವು ಶತಕ
ಬದಲಾಗದ ನಾವು
ಬದಲಾಗಬೇಕಿದೆ ಶರಣ ಶಪಥ
ಹೊಸ ದಿಕ್ಕಿಗೆ ಸಾಗೋಣ
ವಿಶ್ವ ಮನುಜ ಪಥ

ನಾನಳುತ ಬಂದೆನು

ನಾನಳುತ ಬಂದೆನು
ನಗುನಗುತ ಕರೆದರು
ನಸು ನಗುತ್ತಾ ಸಾಗಿದೆವು
ಬದುಕು ಕೂಡಿ

ಇದ್ದಾಗ ಪ್ರೀತಿ
ಕಡಲೊಡಲಿನ ಆಸ್ತಿ
ಬರಿದಾಯಿತು ವಸ್ತು
ನಿನ್ನ ಸ್ಫೂರ್ತಿ

ಅವನು ಕರೆದನು ಜಗದಿ
ಮುಗಿಸಿ ಹೊರಟ ಸಂತೆ
ಮೋಹ ಮಾಯಾ ಪಾಶ
ಹರಿಗೋಲಿನ ರೀತಿ

ಏನನ್ನು ತರಲಿಲ್ಲ
ಎಲ್ಲವನೂ ಕೊಟ್ಟೆ
ಪ್ರೀತಿ ಪ್ರೇಮಯೊಂದೆ
ದೇವ ಒಲವಿನ ಕೀರ್ತಿ

ಕಣ್ಣೀರು ಬಂದಾಗ
ಅತ್ತು ಬಿಡು ನೀನು
ಮರೆಮಾಚಿ ಬರುವುದು
ನಗೆ ಬುಗ್ಗೆ ರೀತಿ

ಹೋರಾಟ ನಿಂತೇ ನಾನು
ಮುಗಿಸಿ ಜಗದ ಡಂಬ
ಮುಖದಲ್ಲಿ ಮಂದಹಾಸ
ಬಿಕ್ಕುವರು ಜಗದ ಜನರು

ದೂರ ದಾರಿಯ ಪಯಣ

ಅಳುತ ಬಂದೆವು ಧರೆಗೆ
ನಗು ನಗುತಾ ಕೂಡಿದೇವು
ತುಸು ನಗುತಾ ಸಾಗಿದೆವು
ದೂರ ದಾರಿಯ ಪಯಣ
ಸಾಗೋಣ ನಾವುಗಳು
ಹಲವು ಕನಸು ಹೊತ್ತು
ಬದುಕಬೇಕು ನೆಲದಲ್ಲಿ
ಹೆಮ್ಮೆ ಸಂತಸ ರೀತಿ
ನಂಬಿಕೆ ವಿಶ್ವಾಸ ಸ್ನೇಹ ಪ್ರೀತಿ
ದಿನಗಳುರುಳಿದವು ಉಸಿರು
ಗಟ್ಟಿಗೊಂಡಿತು ಕೊಂಡಿ
ಸೂರ್ಯ ಚಂದ್ರರ ಬೆಳಕು
ಹೆಸರು ಉಳಿಯಿತು ಭೂಮಿ
ಹಸಿರು ಬೆಳೆಯುವ ಸಿರಿಯೆ
ಪರದೆ ಎಳೆದನು ಒಡೆಯ
ಬಾಳು ರಂಗ ಮಂಚ
ನಸುನಗುತ್ತಾ ಹೊರಟಾಗ
ಕಣ್ಣು ಮುಚ್ಚಿದ ಯಾತ್ರೆ
ಬಿಕ್ಕಿ ಅಳುತ್ತಿದ್ದರು ಜನರು
ಅಂದು ನಕ್ಕವರು ಇಂದು

ಪಾಠಶಾಲೆ

ಎಲೆ ಜೀವವೇ
ನೀನು ನನ್ನ ಕನಸುಗಳ
ಪಾಠಶಾಲೆ

ಮುಗ್ಧ ಹಸುಗಳ
ಕಟ್ಟುವ ಸುಂದರ
ಗೋಶಾಲೆ

ಮೌಲಿಕ ಚಿಂತನೆ
ಸಹಾಯ ಸಹಕಾರ
ಟಂಕಶಾಲೆ

ಭಾವ ಬಯಕೆಗಳ
ಸಿದ್ಧಗೊಳ್ಳುವ ಪಕ್ವಾನ
ಪಾಕಶಾಲೆ

ಸ್ನೇಹ ಪ್ರೀತಿ ಪ್ರೇಮ
ಮಲ್ಲಿಗೆಯ ಅಕ್ಷರ
ಅರಳುವ ಕಾವ್ಯಮಾಲೆ

ನಿನ್ನ ರೂಪ ಚೆಲುವು
ನೋಡಿ ಹಾಡುವ
ಕೋಗಿಲೆಯ ರಾಗ ಮಾಲೆ

ಹೃದಯ ಕುಲುಮೆಯ
ಬೆಳಗುವ ನೀನು ನನ್ನ
ಬಾಳ ಕುಸುಮ ಬಾಲೆ

ಎಲ್ಲಿಂದ ನಾ ಬಂದೆ?

ಎಲ್ಲಿಂದ ನಾ ಬಂದೆ?
ಎಲ್ಲಿಗೆ ನಾ ಹೊರಟೆ
ಒಂದೂ ಅರಿಯದ ಜೀವ
ಬಂತೊಂದು ಊರು
ಜಗವು ಮರುಳೆ

ಏಷ್ಟು ದೂರದ ದಾರಿ
ಸೃಷ್ಟಿಕರ್ತನು ಬಲ್ಲ
ನಿಷ್ಪತ್ತಿ ಗುರಿ
ನಡೆವುದೊಂದೆ ಕಾರ್ಯ
ಹಗಲು ಇರುಳು

ಬರುವಾಗ ತರಲಿಲ್ಲ
ಮರಳುವಾಗ ಇರಲಿಲ್ಲ
ಪ್ರೀತಿಯೊಂದೇ ಆಸ್ತಿ
ಬರಿಗೈಯ ಮುಷ್ಟಿ
ತೋರಲಿಲ್ಲ

ನಾ ಬರುವಾಗ ನಕ್ಕವರು
ಇದ್ದಾಗ ಬರದವರು
ಹೊರಟಾಗ ಅಳುವರು
ನಾನೇನು ಕೊಡಲಿಲ್ಲ
ಅವರ ಮುನಿಸು

ಇದ್ದಷ್ಟು ದಿನ
ಭೂ ಮನೆಯು
ನನಗಾಯಿತು
ಎಲ್ಲವನೂ ಬಿಟ್ಟು
ಮಣ್ಣಿನೊಳಗಾದೆ

ಮೌನವಾಗಿರುವೆವು

ಹೊನ್ನಿನ ಪುತ್ಥಳಿಗೆ
ಕಾಗೆ ವಿಷ್ಟಿಸುವುದೆಂದು
ಶರಣರ ಚಮ್ಮಾವುಗೆ
ನೀನಾದೆ ಬಸವಣ್ಣ

ಶಿರವ ಸೊರೆ ಮಾಡಿ
ನರವ ತಂತಿ ಮಾಡಿ
ಬೆರಳ ಕಡ್ಡಿಯ ಮಾಡಿ
ಬತ್ತೀಸ ರಾಗವ ಹಾಡೆಂದೇ ಬಸವಣ್ಣ

ಮಾವಿನಕಾಯೋಳು ನೀನು
ಎಕ್ಕೆಕಾಯಿ ಎಂದೇ ನಿನಗಿಂತ
ಕಿರಿಯರಿಲ್ಲವೆಂದೇ ಈಗ ಎಲ್ಲರೂ
ಜಗದ್ಗುರು ನೋಡಾ ಬಸವಣ್ಣ

ನೀ ತೋರಿದ ಹಾದಿಯ ಬಿಟ್ಟು
ನಮ್ಮ ಚರ್ಮವ ಅವರಿಗೆ ಚಮ್ಮಾವುಗೆ ಮಾಡಿ
ನಮ್ಮ ನರ ತಂತಿ ಬೆರಳ ಕಡ್ಡಿ ಮಾಡಿ
ಕಾವಿಗಳು ರಾಗವ ಹಾಡುತಿಹರು ಬಸವಣ್ಣ

ನಿನ್ನ ಬಿಟ್ಟು ಮಠವ ಹಿಡಿವ
ದುಷ್ಟ ಮೂಳರ ಜಾತ್ರೆಯಲಿ
ಉಧೋ ಉಧೋ ಎನ್ನುವ ಸಂತೆಯಲಿ
ಮೌನವಾಗಿರುವೆವು ಬಸವಣ್ಣಧ್ವನಿಯಿಲ್ಲದೆ

ಕಟ್ಟಿತು ಕವನ

ನಿನ್ನೊಳಗೆ ನನ್ನನಿಟ್ಟು
ನನ್ನೊಳಗೆ ನೀನು
ನಿನ್ನ ಹರಿಬಿಟ್ಟು
ದೂರ ಪಯಣಕೆ
ಹೊರಟೆವು ಗೆಳತೀ
ದಾರಿ ಹುಡುಕುತ

ಮೊದಮೊದಲು
ಮುಗುಳುನಗೆ
ಮಾತು ಕಟ್ಟಿದ ಮನೆ
ಸರಸ ಸಂತಸ ಚೆಲುವು
ಹರಳಗಟ್ಟಿತು ಪ್ರೀತಿ
ಅಂಗಳದಿ ದಿವ್ಯ ಬೆಳಕು

ಕಹಿ ಸಿಹಿ ನೆನಪುಗಳು
ಕನಸಿನ ಕೋಟೆ
ಬಯಕೆ ಭರವಸೆ
ಆಸೆ ಸರಕು ಮೂಟೆ
ಮರೆತು ಬಿಟ್ಟೆವು ನಾವು
ಹರಕು ಕೋಟು

ಸಂತೃಪ್ತಿ ಜೀವನ
ಹೆಮ್ಮೆಯ ಸಮ್ಮಾನ
ಪ್ರೀತಿ ಪ್ರೇಮ ಹೃನ್ಮನ
ಕೋಗಿಲೆಯ ಗಾಯನ
ಉಕ್ಕಿ ಹರಿದವು ಭಾವ
ಕಟ್ಟಿತು ಕವನ

ಗೊತ್ತಿಲ್ಲದೇ ನಾ ಬಂದೆ

ಗೊತ್ತಿಲ್ಲದೇ ನಾ ಬಂದೆ
ಗೊತ್ತಿರದ ತಿಳಿಯಲು
ಭವ ಬಂಧನದಿ ಸಿಲುಕಿ
ನಾ ನಿಂದೆ

ಗೊತ್ತಿಲ್ಲದೇ ಬಂದವರು
ಗೊತ್ತು ಮಾಡಲೇಯಿಲ್ಲ
ಗೊತ್ತಿರುವ ಅಮೃತವ
ಗೊತ್ತು ಮಾಡದೇ ಹೋದರು

ಗೊತ್ತಿರದ ಗುಟ್ಟು
ಗೊತ್ತು ಮಾಡುವ ಬದುಕು
ಗೊತ್ತಾಗಲಿಲ್ಲ
ಗೊತ್ತು ಮಾಡುವ ಸರಕು

ಗೊತ್ತಿಲ್ಲದ ಹಾದಿಯ
ಹುಡುಕುವ ಕುರುಡರು
ಅರಿವೆಂಬ ಜ್ಯೋತಿಯ
ಮನದಿ ಮರೆತು

ಗೊತ್ತಾಯಿತು ಕೊನೆಗೆ
ಬದುಕು ಬಯಲಿನ ಬೆಳೆಯು
ಬುದ್ಧ ಬಸವರ ಕಳೆಯು
ಮತ್ತೆ ಮರಳಿ ಮಣ್ಣಿಗೆ

ಯಾರಿವರು?

ಯಾರಿವರು? ಯಾರಿವರು?
ಮುಸಂಜೆಯ ಕತ್ತಲೆಯಲ್ಲಿ
ಶತಮಾನದಿಂದಲೂ
ಬೆಳಕನರಿಸುವವರು
ಸೂರ್ಯನೆದುರು
ಕಣ್ಣಿಗೆ ಬಟ್ಟೆ ಕಟ್ಟಿ
ಕುರುಡಾದ ಕಪ್ಪುಜನರು
ಸತ್ಯ ಮಿಥ್ಯದ ನಡುವೆ
ಗೊತ್ತು ಗುರಿಯಿರದವರು
ಹೊಟ್ಟೆಯ ಹಸಿವಿಗೆ
ನಾಯಿ ಬದುಕಿನ ಪಾಡು
ಸಿರಿವಂತರ ಅಣತಿಗೆ
ಬದುಕಿ ಸತ್ತವರು
ಸುಲಿಗೆ ಶೋಷಣೆಗೆ
ವಸ್ತುವಾದರು ಇವರು
ಯಾರಿರದ ಹಾದಿಯಲಿ
ಸದ್ದಿಲ್ಲದೇ ಮೌನದಿ

ಎದ್ದು ಹೋದವರು
ಮುಖವಿಲ್ಲದವರು
ದರ್ಪಕ್ಕೆ ಬೆನ್ನು ಮಾಡಿ
ಉಸಿರುಗಟ್ಟಿ ಸತ್ತವರು
ದೊಡ್ಡವರ ಗೋಡೆಗೆ
ತಡೆಗೋಡೆಯಾದವರು
ಸಾವಿರು ಸಮಾಧಿಯೊಳಗೆ
ತಮ್ಮ ಕನಸು ಬೈಚಿಟ್ಟು
ಯಾರಿವರು? ಯಾರಿವರು?
ನೆಲ ಮುಗಿಲ ಮಧ್ಯದಲ್ಲಿ
ಅರ್ಥವಾಗದ ಜನರು
ಮುಸುಕೊಳಗೇ ಮಸುಕಾಗಿ
ಮಣ್ಣಾದ ಜನರು

ಭೂಮಿ ಬೆಳಕು

ನಾನು ನೀನು
ಕೂಡಿ ಇದ್ದರೆ
ಬಾಳು ಹಾಲು
ಜೇನು

ಗಟ್ಟಿಯಾಗಿ
ಬದುಕ ಬೇಕು
ಭೂಮಿ ಬೆಳಕು
ಕಾಣು

ದುಡಿದು ತಂದು
ಹಂಚಿ ತಿನ್ನು
ಬಸವ ಜಗದ
ಭಾನು

ನೋವ ಮರೆತು
ನಗೆಯ ಚೆಲ್ಲು
ದಯೆ ಧರ್ಮ
ಆನು ತಾನು

೧೨

ಬೆಳ್ಳಿ ಬಟ್ಟಲು

ನಾನು ನೀನು
ಭಾವ ಮುಟ್ಟಲು
ಸ್ನೇಹ ಪ್ರೀತಿಯ
ತೂಗು ತೊಟ್ಟಿಲು

ನಗುವ ಮಗುವಿನ
ಬಿಳಿಯ ನಗೆಯು
ಹಸಿರು ತೋರಣ
ಮನಕೆ ಕಟ್ಟಲು

ಅಳಿದು ಜಾತಿಯ
ಕಳೆದು ವರ್ಗವ
ಬದುಕಿಬಿಟ್ಟೆವು
ಮೌಢ್ಯ ಮೆಟ್ಟಲು

ದೂರಾಯಿತು
ಅಂಧ ಶ್ರದ್ಧೆ
ಸಜ್ಜಾದೆವು ಸುಲಿಗೆ
ಶೋಷಣೆ ಮೆಟ್ಟಲು

ಬುದ್ಧ ಬಸವ
ಬಾಪು ನಡೆದ
ಸತ್ಯ ಸಮತೆ ಶಾಂತಿ
ಬೆಳ್ಳಿ ಬಟ್ಟಲು

ಭಗತಗೆ ಗಲ್ಲು

ಅಂದು ಕತ್ತಲು ಹರಿದಿರಲಿಲ್ಲ
ಮಧ್ಯ ರಾತ್ರಿ ಗುಸು ಗುಸು ಮಾತು
ಸೆರೆವಾಸದ ಮನೆ ಸ್ಮಶಾನ
ಕೆಂಪು ಮೋತಿಯವರಿಗೂ ದುಗುಡು
ಒಳಗೊಳಗೆ ಕಳವಳ ಭಾರತೀಯರು
ಮುಖದ ಮೇಲೆ ಚಿಗುರು ಗಡ್ಡಮೀಸೆ
ಹಸೆ ಮಣಿ ಏರಿರಲಿಲ್ಲ ಕಂಕಣ ಕಟ್ಟಿಲ್ಲ
ಬೇಡಲಿಲ್ಲ ಜೀವ ಭಿಕ್ಷೆ ಪ್ರಾಣ ದಯೆ
ಬರೆದು ಮುಗಿಸಿದ ದಿನಚರಿ
ಸಾವಿನ ಅಧಿಕಾರಿಯ ಕೈಕುಲುಕಿದ
ಮುಗುಳು ನಗೆ ಮಂದಹಾಸ ನೋಟ
ಬಾಡಿರಲಿಲ್ಲ ಮುಖದ ಚೇತನ
ನಡೆದರು ಸಾವಿನ ಕುಣಿಕೆಗೆ ಸಂತಸದಿ
ಭಗತ್ ಸುಖದೇವ ರಾಜಗುರು
ಅಪ್ಪಿದರು ಕೊಲ್ಲುವ ಚಾಂಡಾಲನ
ಮನಸಿನಲಿ ಸ್ವರಾಜ್ಯ ಕಾಣದ ಕೊರಗು
ಸಂಕೋಲೆ ಕಳಚಲಿಲ್ಲ ಇನ್ಕಿಲಾಬ ಘೋಷಣೆ

ಭಾರತ ಮಾತೆಗೆ ಕೊನೆಯ ವಂದನೆ ಹೇಳಿ
ಅಪ್ಪಿ ಮುದ್ದಾಡಿದರು ವೀರ ಮಕ್ಕಳು
ಕೊಟ್ಟರು ಕುಣಿಕೆಗೆ ಎಳೆಯ ಗೋಣು
ರಕ್ತ ಚಿಮ್ಮಿತು ನೆಲ ಕೆಂಪಾಯಿತು
ನೋಡು ನೋಡುತ್ತಲೆ ಅಮರರಾದರು
ಭಗತ್ ಸುಖದೇವ ರಾಜಗುರು
ಕದ್ದು ಮುಚ್ಚಿ ಶವ ಸಂಸ್ಕಾರ
ಹೆತ್ತ ಕರುಳಿಗೂ ತೋರಿಸದೆ ಸುಟ್ಟರು
ಆರಿಲ್ಲ ಭಗತ್ ಹಚ್ಚಿದ ಕ್ರಾಂತಿಯ ಜ್ವಾಲೆ
ಮರೆತಿಲ್ಲ ಭಗತನ ಹೋರಾಟ
ಹುಟ್ಟಿ ಬರುವರು ಮತ್ತೆ ನೂರು ಭಗತ್
ದೇಶ ಕಟ್ಟಲು, ವೈರಿಯ ಮೆಟ್ಟಲು
ಸತ್ತು ಬದುಕಿದ ಭಗತ ಸಿಂಗ
ನಾವು ಬದುಕಿ ಸತ್ತಿದ್ದೇವೆ
ಭಗತ್ ಸುಖದೇವ ರಾಜಗುರು ಅಮರ ರಹೇ
ಇನ್ಕಿಲಾಬ ಜಿಂದಾಬಾದ

ಮತ್ತೆ ನಕ್ಕೇನು

ದೂರವಾಗಿದ್ದೆವು
ನಾನು ನೀನು
ಅದೆಷ್ಟೋ ದಿನಗಳ
ವೇದನೆ ವಿರಹ.
ಸೋತ ಭರವಸೆಗಳು
ಕೈ ಚೆಲ್ಲಿ
ಸಮಾಧಿಯಾಗುವ
ಹೊತ್ತಿನಲ್ಲಿ
ಹಸಿರು ಚಿಗುರಿದವು
ಸ್ನೇಹ ಪ್ರೀತಿ
ಕನಸಿನ ಬೀಜ
ಮೊಳಕೆಯೊಡೆದವು
ನನ್ನ ಹೃದಯದಲ್ಲಿ
ಒಮ್ಮೆ ಹತ್ತಿರ
ಒಮ್ಮೆ ದೂರವಿದ್ದರೂ
ನೆನಪು ದೀವಿಗೆಯ
ದೀಪ ಬೆಳಗಿತು.
ಗೆಳತೀ
ಮತ್ತೆ ನಕ್ಕೇನು
ನಿನ್ನ ನಗೆಯ ಕಂಡು

ಭಗತನ ಹುಟ್ಟು

ಇಂದು ಭಗತನ
ಹುಟ್ಟು ಹಬ್ಬ
ಹುತಾತ್ಮನಾಗಲೆಂದೇ
ಹುಟ್ಟಿ ಬಂದ
ಎಳೆಯತನದಲಿ
ಎದೆಯಲ್ಲಿ ಬಿದ್ದ
ಕ್ರಾಂತಿ ಬೀಜ ಬೆಳೆದು
ಹೆಮ್ಮರವಾಯಿತು
ದಂಗೆ ಎದ್ದನು ಸುಖದೇವ್
ರಾಜಗುರರೊಡನೆ
ಕೆಂಪು ಮೋತಿ
ಬ್ರಿಟಿಷರ ಅಟ್ಟಾಡಿಸಿ
ಹೊಡೆದನು ಕೊಂದನು
ಆಂಗ್ಲ ಅಧಿಕಾರಿ
ಸ್ವರಾಜ್ಯದ ಕನಸು
ಕಂಡ ಚಿಗುರು
ಮೀಸೆ ಯುವಕ

ಖೈದಿಯಾದನು
ದೇಶ ವಿಮುಕ್ತಿಗೊಳಿಸಲು.
ಎಳೆಯ ಗೋಣು ಕುಣಿಕಿಗೆ
ರಕ್ತ ಚೆಲ್ಲಿತು ನೆಲಕೆ
ಎಲ್ಲರ ಕಣ್ಣಲ್ಲಿ ಕಣ್ಣೀರು
ಭಗತನ ಮುಖದಲ್ಲಿ
ಮಂದಹಾಸದ ನಗೆ
ಹುಟ್ಟಿದ ಭಗತ
ಹುತಾತ್ಮನಾದ
ಭಗತ ಸಿಂಗ ಅಮರ ರಹೇ

29 ಸೆಪ್ಟೆಂಬರ್ 1907 ಭಗತ್ ಸಿಂಗನ ಹುಟ್ಟುಹಬ್ಬ ದಿನಪತ್ರಿಕೆ ಮಾಧ್ಯಮ ಟಿವಿ ಮರೆತಿವೆ ರಾಷ್ಟ್ರ ಭಕ್ತನ, ನನ್ನದೊಂದು ಲಾಲ್ ಸಲಾಂ

ೞ

ರಾಮಮನೋಹರ ಲೋಹಿಯಾ

ಇದ್ದನೊಬ್ಬ ನಮ್ಮ ದೇಶದಿ
ರೈತ ಬಡವರ ಮಿತ್ರನು
ಶ್ರಮದ ಸಂಸ್ಕೃತಿ ದೇಶ ಭಕ್ತಿ
ನಾಡು ನುಡಿಗೆ ದುಡಿದನು

ಸತ್ಯ ಸಮತೆ ಶಾಂತಿ ಮಂತ್ರ
ಗಾಂಧಿ ಚರಕದ ಚಕ್ರವು
ಕ್ರಾಂತಿ ಚಳುವಳಿ ದಂಗೆ ಎದ್ದನು
ದೇಶ ಉದಯ ಸ್ವತಂತ್ರವು

ಲೆಕ್ಕ ಕೇಳಿದ ಪ್ರಧಾನಿಯನ್ನು
ನಾಯಿಗೆ ಮಾಡುವ ಖರ್ಚು
ತಿನ್ನಲಿಲ್ಲ ಅನ್ನ ಗಂಜಿ
ಏಕೆ ವ್ಯರ್ಥ ವೆಚ್ಚು?

ಸಮಾಜವಾದ ಮೂಲ ತತ್ವ
ಜೈಲು ಕಂಡ ಯೋಧನು
ರಾಷ್ಟ್ರ ಪ್ರೀತಿ ತನ್ನ ಉಸಿರು
ದೇಶವಾಯಿತು ನಿತ್ಯ ಹಸಿರು

ರಾಮ ಕೃಷ್ಣ ಓದಿಕೊಂಡ
ತಾನು ಬ್ರಹ್ಮಚರ್ಯನು
ಹಾಸ್ಯ ವಿನೋದ ಮೂರ್ತಿ ಭಂಜಕ
ದೇಶಕ್ಕಾಗಿ ಮಾಡಿದನು

ಸಂತೆಯೊಳಗಿನ ಸಂತ ಪುರುಷ
ರಾಮಮನೋಹರ ಲೋಹಿಯಾ
ರಾಷ್ಟ್ರ ಕಂಡ ಅಪ್ರತಿಮ ಸಮಾಜವಾದಿ
ಮಾನವತಾವಾದಿ ಡಾ ರಾಮಮನೋಹರ ಲೋಹಿಯಾ

ಅವ್ವ ನೆನಪಾಗುತ್ತಾಳೆ

ಕೊಟ್ಟಿಗೆಯ ದನಕರುಗಳು
ಹಸಿವಿನಿಂದಾ ಅಂಬಾ
ಎಂದು ಒದರುವಾಗ
ತಮ್ಮ ದನಕ್ಕ ಹಿಡಿ ಮೇವು
ಹಾಕು ಎನ್ನುವ
ಅವ್ವನ ಪಿಸು
ಅವ್ವ ನೆನಪಾಗುತ್ತಾಳೆ

ಹಿತ್ತಲದ ಗಿಡಗಳು ಒಣಗಿ
ಭೂಮಿ ಬಿರುಕು ಬಿಟ್ಟಾಗ
ತೆಂಗು ಹಲಸಿಗೆ ಗೊಬ್ಬರ
ಇರದಾಗ ಬೇಸರ ಬೇಡ
ಅವಕ್ಕೂ ಜೀವ ಐತಿ ತಮ್ಮ
ಎಂದು ಗೊಣಗಿದಾಗ
ಅವ್ವ ನೆನಪಾಗುತ್ತಾಳೆ

ಒಲೆಯಲ್ಲಿ ಬೆಕ್ಕು ಮಲಗಿ
ರಾತ್ರಿ ಊಟವಿರದೆ
ಗೋಡೆಗೆ ಮುಖ ಮಾಡಿ
ಮಲಗಿದಾಗ ಅವ್ವನ
ಕರುಳು ಚುರು ಚುರು
ಬಾನಾ ಉಣಬಾ ಕರೆದಂತೆ
ಅವ್ವ ನೆನಪಾಗುತ್ತಾಳೆ

ಹಬ್ಬ ಹುಣ್ಣಿಮೆ ಹೋಳಿಗೆ
ಕಟ್ಟಿನ ಸಾರು ವಡೆ
ಬಡವರಿಗೆ ಹಿಟ್ಟು ಅಕ್ಕಿ
ಹೊಸ ಬಟ್ಟೆ ಕೊಡಿಸಬೇಕೆಂದಾಗ
ನಾನು ಹಿಂದೆ ಮುಂದೆ ಯೋಚನೆ
ಶಿವ ಕೊಡುವಾಗ ಕೊಟ್ಟು ಬಿಡು
ಎಂದಾಗ ಅವ್ವ ನೆನಪಾಗುತ್ತಾಳೆ

ಮರೆಯ ಬೇಡ ಸಕ್ಕರೆ

ಮರೆಯ ಬೇಡ ಸಕ್ಕರೆ
ನೀನು ಈಗ ಅಕ್ಕರೆ
ಕಬ್ಬು ನುರಿಸಿ
ಅಗೆದು ಬಗೆದು
ದಾಸನಾದೆ ಯಂತ್ರಕೆ

ನಿನ್ನಸ್ನೇಹ ಮಧು ಮೇಹ
ವೈದ್ಯ ಮಿತ್ರರ ಸೂಚನೆ
ನುಚ್ಚು ನವಣೆ ಸಾಕು ಸಾಕು
ನಿನ್ನ ದೂರ ಇಡುವುದಕ್ಕೆ
ನಿನಗೆ ಸಿಕ್ಕಿತು ರಜೆ

ನಿನ್ನ ಹೊತ್ತು ಮೆರೆಸಿದರು
ದುಡ್ಡು ಕೋಟಿ ಗಳಿಸಿದರು
ಈಗ ನಿನ್ನ ಕಂಡರೆ ಭಯ
ನಿನ್ನ ಒನಪಿಗೆ ಮುಪ್ಪು ಅಡರಿತು
ಕಳೆದು ಹೋಯಿತು ಪ್ರಾಯ

ನಿನ್ನ ತಂಗಿ ಕಪ್ಪು ಬೆಲ್ಲ
ಸಧ್ಯ ಈಗ ಅವಳೇ ಎಲ್ಲ
ನಿನ್ನ ರೂಪಕೆ ಮಾರು ಹೋಗಿ
ರೋಗ ಬಾಧೆಗೆ ತವರು
ಭಾವನೆ ಬೇಸರ ಬೆವರು

ಯಾರು ಹಿತವರು

ಯಾರು ಸುಳ್ಳರು
ಯಾರು ಕಳ್ಳರು
ಯಾರು ಹಿತವರು
ದೇಶಕೆ?

ಕೋಟಿ ಕೋಟಿ
ಲೂಟಿ ಹೊಡೆವ
ದುಷ್ಟ ನಾಯಕ
ಖರ್ಚಿಗೆ!

ಯಾರು ಭ್ರಷ್ಟರು?
ಯಾರು ಶಿಷ್ಟರು?
ಕೊಳ್ಳೆ ಹೊಡೆವ
ನೀಚರು

ಸುಲಿಗೆ ಶೋಷಣೆ
ದರ್ಪ ಮೆರೆವರು
ದೇಶ ಸೇವೆಯ
ವೇಷವು

ಗಾಂಧಿ ಭೋಸ್
ಭಗತ್ ಅಜಾದ್
ತ್ಯಾಗ ಮಾಡಿದ
ರಾಷ್ಟ್ರವು

ಹಣ ಹೆಂಡ
ಪುಡಿಗಾಸಿಗಾಗಿ
ಮತವ ಮಾರುವ
ಭೂಪರು

ಎಂದು ಕಾಣುವೆವು
ರಾಮ ರಾಜ್ಯವ
ಬುದ್ಧ ಬಸವರ
ಬೆಳಕನು

ಕನಸುಗಳೆಲ್ಲ
ಸುಕ್ಕುಗಟ್ಟಿವೆ
ಇಲ್ಲ ಶಾಂತಿ ಪ್ರೀತಿ
ಸತ್ಯ ಸಮಾಧಿಯಾಗಿದೆ

ಭಾರತಾಂಬೆ

ಭಾರತಾಂಬೆ
ನಿನ್ನ ಮಡಿಲಲಿ
ನಿತ್ಯ ಸುಲಿಗೆ ನಡೆದಿದೆ

ನಿನ್ನ ಹೆಸರಲಿ
ಕೋಟಿ ಲೂಟಿ
ಮಾತು ಮೌನವಾಗಿದೆ

ಹಲವು ಹಗರಣ
ವೇಷ ಭೂಷಣ
ಜನತೆ ದಿಕ್ಕು ತಪ್ಪಿದೆ

ಸಚಿವ ಶಾಸಕ
ರಾಜಕಾರಣಿ ನಿತ್ಯ
ದುಡ್ಡು ಹೊಡೆವರು

ಟಿವಿ ಮಾಧ್ಯಮ
ನಿತ್ಯ ಪತ್ರಿಕೆ
ಅವರ ಹೊಗಳುವ ಯಂತ್ರವು

ಮತ್ತೆ ಚುನಾವಣೆ
ಪ್ರಣಾಳಿಕೆ ಘೋಷಣೆ
ಮೋಸ ಮಾಡುವ ತಂತ್ರವು

ದಂಗೆ ಏಳುವ
ಸಮಯ ಬಂದಿದೆ
ಗಾಂಧಿ ಕ್ರಾಂತಿಯ ಮಂತ್ರವು

ಆ

ಇಂಕಿಲಾಬ ಘೋಷಣೆ

ಏನಿದೇನಿದು
ಯಾವ ರಾಷ್ಟ್ರದಿ
ನಾನು ನೀವು
ಬದುಕುತಿಹೆವು
ಬುದ್ಧ ಬಸವರ
ಬೆಳಕಿನಲ್ಲಿ
ನಿತ್ಯ ಕೊಲೆ ಸುಲಿಗೆಯು

ಖಾದಿ ಖಾಕಿ
ಭ್ರಷ್ಟರಾದರು
ಹಗಲು ಲೂಟಿ
ಹೊಡೆದರು
ನ್ಯಾಯಮೂರ್ತಿ
ಕುರುಡರಾದರು
ಟಿವಿ ಗಳಿಕೆ ನಡೆಯಿತು

ಸತ್ಯ ಹೇಳುವವರ

ಗುಂಡು ಹಾಕುವರು
ದಂಗೆ ಮೆಟ್ಟಿ ಕುಣಿವರು
ಸಮತೆ ಶಾಂತಿ ಗಲ್ಲಿಗಾಕಿ
ಸುಳ್ಳಿಗೆ ಪಟ್ಟ ಕಟ್ಟುವರು
ಲಂಚ ವಂಚನೆ ಮಾಡುವವರು
ಮಂತ್ರಿಯಾಗಿ ಮೆರೆವರು

ಧರ್ಮ ದೇವರು
ಮೂಕರಾದರು
ಮಠದ ಜಾತ್ರೆ ನಡೆಯಿತು
ಮುಲ್ಲಾ ಫಾದರ ಮುನಿ
ತೀರ್ಥ ಕೊಟ್ಟರು
ಕುಡಿದು ನಶೆಯಲಿ
ಜನರು ಕುಣಿದರು

ಮತ್ತೆ ಬರುವರು ಭಗತ್ ಆಝಾದ
ಕ್ರಾಂತಿ ಕಹಳೆ ಊದುವರು
ಸತ್ತ ಜನರ ತಿವಿಯುವರು
ಕತ್ತಿ ಗುರಾಣಿ ನೀಡುವರು
ದೇಶ ಮಾರುವ ಮಾರು ವೇಷದ
ನಾಯಕರ ರುಂಡ ಚೆಂಡಾಡುವರು
ಮತ್ತೆ ಇಂಕಿಲಾಬ ಘೋಷಣೆ

೧೨

ಅವ್ವ ನೀನು ಬರಬೇಡ

ಅಂದು ಜೈಲಿನಲ್ಲಿ ಭಗತ್
ಒಬ್ಬನೇ ಕುಳಿತಿದ್ದ
ಅಲ್ಲಿನ ಅಧಿಕಾರಿಗಳು
ತೊದಲು ಉಡುಪು ಕೊಟ್ಟರು
ರಾಜಗುರು ಸುಖದೇವ್
ಕೈ ಕುಲುಕಿ ಅಪ್ಪಿಕೊಂಡರು
ಅಜ್ಜ ಅಪ್ಪನಿಗೆ ಬರೆದ ಪತ್ರ
ಅವ್ವ ವಿದ್ಯಾವತಿ ಬರದಿರಲು
ಮನವಿ ಮಾಡಿಕೊಂಡ
ಅವ್ವ ನೀನು ನನ್ನ ನೋಡಲು
ಬರಬೇಡ ಜೈಲಿಗೆ
ನಾಳೆ ನನಗೆ ಗಲ್ಲು ಶಿಕ್ಷೆ
ನಾಲಿಗೆ ಕಣ್ಣು ಗುಡ್ಡೆ
ಹೊರ ಬೀಳುವವು
ನನ್ನ ಹೆಣವ ಕಂಡು
ನೀನು ಗೋಳೋ ಎಂದು
ಅಳಬೇಡ ಬಿಕ್ಕ ಬೇಡ

ನಾಳೆ ಇತಿಹಾಸದಲ್ಲಿ
ಭಗತನ ಅವ್ವ ಅತ್ತ ಸುದ್ಧಿ
ದಾಖಲಾಗವದು ಬೇಡ
ಅಂದು ನೀನು ಮುತ್ತಿಕ್ಕಿ
ಉಣಿಸಿದ ಸಿಹಿ ತುತ್ತು
ಈಗಲೂ ನೆನಪು
ಹಬ್ಬಕ್ಕೆ ನೀನು ಹೋಲಿಸಿದ
ಅಂಗಿ ಕೊಟ್ಟ ಹೊಸ ಪಗಡಿ
ಇಲ್ಲಿಯೇ ಇದೆ
ನನಗೆ ನಿಜಕ್ಕೂ ನೋವಿಲ್ಲ
ಇನ್ನು ಹೆಚ್ಚು ಸಮಯವಿಲ್ಲ
ಹರಿಸು ನನ್ನವ್ವ
ನಾನು ಸಿದ್ಧನಾಗಿರುವೆ
ನೇಣಿಗೇರಲು ಜೀವ ಬಿಡಲು
ಸತ್ತ ಮೇಲೆ ತಿಥಿ ಶ್ರಾದ್ಧ
ಮಾಡಬೇಡಿ
ಕಾರಣ ನಾನೊಬ್ಬ ನಾಸ್ತಿಕ
ದೇವನಿಲ್ಲ ಇದ್ದರೆ ನಮಗೆ
ಸ್ವರಾಜ್ಯ ದೊರೆಯುತ್ತಿತ್ತು
ಹೋಗಿ ಬರುವೆ ಶರಣಾರ್ತಿ
ಇಂಕಿಲಾಬ್ ಜಿಂದಾಬಾದ್

ಜಯಪ್ರಕಾಶ

ಜಯಪ್ರಕಾಶ
ಜಯದ ಪ್ರಕಾಶ
ದೇಶ ಬೆಳಗಿದ
ದಿವ್ಯ ಚೇತನ

ಸತ್ಯ ಸಮತೆ
ಶಾಂತಿ ಪ್ರೀತಿ
ಗಾಂಧೀ ತಾತನ
ಕರುಣಾ

ಎಲ್ಲಾ ಬಿಟ್ಟು
ದೇಶ ಕಟ್ಟು
ಮುಕ್ತ ಭಾರತ
ಚಿಂತನ

ಇಲ್ಲವಾದವು
ಸುಲಿಗೆ ಶೋಷಣೆ
ಹಸಿವು ಹಿಂಗಿದ
ನಂದನ

ಜನರ ಕೂಡಿಸಿ
ತೊರೆದು ದಾಸ್ಯವ
ಮೆರೆದ ಸ್ವತಂತ್ರ
ಸ್ಪಂದನ

ಜೈಲಿನಲ್ಲಿ ನಿನ್ನ
ಬದುಕು
ಹೊಸ ಮಾರ್ಗದ
ಶೋಧನಾ

ನಿನ್ನ ಧ್ವನಿಯು
ಕಡಲದಾಟೀತು
ವೀರ ಕ್ರಾಂತಿಯ
ಪ್ರೇರಣಾ

ಕಳಚಿ ಹಗ್ಗವ
ಮುಕ್ತಳಾದಳು
ಭಾರತಾಂಬೆಯ
ಜೀವನ

ರಾಷ್ಟ್ರ ಭಕ್ತಿಯ ವನ
ಸ್ಫೂರ್ತಿ ಸೆಲೆಯ ಮನ
ಗೆದ್ದು ಕೊಟ್ಟೆ ನಾಡು ನಮಗೆ
ನಿನ್ನ ಪಾದಕೆ ನಮನ

ದೇಶದ ಶ್ರೇಷ್ಠ ಸಮಾಜವಾದಿ ಚಿಂತಕ ಯಾವುದೇ ಹುದ್ದೆ ಇಲ್ಲದೆ ಸಂಪೂರ್ಣ ಕ್ರಾಂತಿಗೆ ಕರೆ ಕೊಟ್ಟ ಸರ್ವ ಶ್ರೇಷ್ಠ ನಾಯಕ –ಜೆಪಿ – ಜಯಪ್ರಕಾಶ ನಾರಾಯಣ ಅವರಿಗೆ ನಮನ

ಜಯಪ್ರಕಾಶ ನಾರಾಯಣ(ಅಕ್ಟೋಬರ್ 11, 1902 – ಅಕ್ಟೋಬರ್ 08, 1979)ಭಾರತದ ಜನನಾಯಕ, ದೇಶಪ್ರೇಮಿ, ಅನ್ಯಾಯದ ವಿರುದ್ಧ ಸತತವಾಗಿ ಹೋರಾಟ ನಡೆಸಿದವರು. ಅವರನ್ನು ಭಾರತದ ಜನತೆ ಪ್ರೀತಿಯಿಂದ ಜೆ ಪಿ ಎಂದು ಕರೆದರು. ಸ್ವಾತಂತ್ರ ಚಳುವಳಿಯಲ್ಲಿ ಪಾತ್ರವಹಿಸಿದ ಇವರು ಮಹಾತ್ಮ ಗಾಂಧಿ ಮತ್ತು ಎಂ.ಎನ್.ರಾಯ್ ಅವರ ವಿಚಾರಗಳಿಂದ ಪ್ರಭಾವಿತರಾಗಿದ್ದರು. ಗಾಂಧಿಯವರ ಹಾದಿಯಲ್ಲಿ ಮುನ್ನಡೆದ ಮಹಾ ನಿಷ್ಠಾವಂತ.

ಙ

ಹೇ ವಿನೋಬಾ

ಹೇ ವಿನೋಬಾ
ಹೇ ವಿನೋಬಾ
ಮತ್ತೆ ನೀನು
ಹುಟ್ಟಿ ಬಾ

ನಿನ್ನ ಸ್ನೇಹ
ಪ್ರೀತಿ ಚಂದನ
ಚಂಬಲ ಕಳ್ಳರ
ಮನ ಪರಿವರ್ತನ

ಭಿಕ್ಷೆ ಬೇಡಿ
ತಂದು ಕೊಟ್ಟೆ
ಬಡವ ರೈತರಿಗೆ
ಭೂದಾನ

ಗಾಂಧೀ ನೆರಳಿನ
ತಂಪು ಮರವು
ಸತ್ಯ ಸಮತೆ
ಪ್ರೀತಿ ವರವು

ಹಲವು ಭಾಷೆ
ಕಲಿತ ಜ್ಞಾಣ
ಸ್ವರಾಜ್ಯಕೆ ತೊಟ್ಟೆ
ಬಾಣ

ನಿನ್ನ ಅವ್ವನ
ಕನ್ನಡ ವಾಣಿ
ಹೆಸರಾಯಿತು
ಲಿಪಿಯ ರಾಣಿ

ಗ್ರಾಮ ರಾಜಕೆ
ನಿಂತ ಯೋಧ
ಕುರಾನ್ ಬೈಬಲ್
ವಚನ ಬೋಧ

ದೂರ ಜಾರಿದೆ
ದೇಶ ಬಿಟ್ಟು
ಅಪ್ರತಿಮ ದೇಶ ಭಕ್ತ
ನಿನ್ನ ಭಾರತ ಶಕ್ತ

ವಿನೋಬಾ ಭಾವೆ (ವಿನಾಯಕ ನರಹರಿ ಭಾವೆ)ಭೂದಾನ' ಚಳವಳಿಯ ಹರಿಕಾರ ಎಂದು ಖ್ಯಾತರಾಗಿರುವವರು. ಭಾರತದ ಸ್ವಾತಂತ್ರ್ಯ ಹೋರಾಟಗಾರರು. ಅವರು ಕನ್ನಡದ ಲಿಪಿಯನ್ನು 'ಲಿಪಿಗಳ ರಾಣಿ' ಎಂದು ಶ್ಲಾಘಿಸುತ್ತಿದ್ದರು. ಭೂದಾನ' ಚಳವಳಿಯ ಹರಿಕಾರ ಎಂದು ಖ್ಯಾತರಾಗಿರುವವರು ಆಚಾರ್ಯ ವಿನೋಬಾ ಭಾವೆ. ವಿನೋಬಾ ಅವರು ಮಹಾರಾಷ್ಟ್ರದ ಕೋಲಬಾ ಜಿಲ್ಲೆಯ ಗಾಗೋಡೆ ಗ್ರಾಮದಲ್ಲಿ ಸೆಪ್ಟೆಂಬರ್ 11, 1895ರಂದು ಜನಿಸಿದರು. ತಾಯಿ ತವರು ಮನೆ ಕರ್ನಾಟಕದ ಬಾಗಲಕೋಟೆ ಜಿಲ್ಲೆಯ ಜಮಖಂಡಿ. ಇವರ

ತಂದೆ ನರಹರಿ ಶಂಭುರಾವ್ ಭಾವೆ. ತಾಯಿ ರುಕ್ಮಿಣಿ ದೇವಿ.ಅವರ ಮೂಲ ಹೆಸರು ವಿನಾಯಕ್ ನರಹರಿ ಭಾವೆ. ಬಾಲ್ಯದಲ್ಲಿಯೇ ವಿವಿಧ ಧರ್ಮಗಳ ಸಾರವನ್ನು ಅಧ್ಯಯನ ಮಾಡಿ ಅರಗಿಸಿಕೊಂಡಿದ್ದರು. ಬಹು ಭಾಷ ಪಂಡಿತರು ಮರಾಠಿ ಹಿಂದಿ ಕನ್ನಡ ಉರ್ದು ಇಂಗ್ಲಿಷ್ ಭಾಷೆಯ ಪರಿಚಯವಿತ್ತು. ಸತ್ಯಾಗ್ರಹಿ ಹಠವಾದಿ ಅಹಿಂಸಾವಾದಿ, ಗೋದಾನ ಭೂದಾನ ಚಳುವಳಿಯ ಅಗ್ರ ನಾಯಕ ,ಚಂಬಲ ಕಣಿವೆಯ ಕಳ್ಳರನ್ನು ಮನ ಪರಿವರ್ತನೆಗೊಳಿಸಿದ ಧೀರ. ಗ್ರಾಮೀಣ ಬದುಕಿಗೆ ಸ್ಪಂದಿಸಿ ಅಲ್ಲಿನ ಸೌಲಭ್ಯಗಳನ್ನು ಉತ್ತಮ ಪಡಿಸಲು ಹೆಣಗಿದ ಧೀಮಂತ ರಾಷ್ಟ್ರ ಭಕ್ತ.

ಡಾ ಶಶಿಕಾಂತ ಪಟ್ಟಣ ಅವರ ಪ್ರಕಟಿತ ಕೃತಿಗಳು

1. ದೇವಲೋಕದ ಬಟ್ಟೆ –(ಶರಣ ವಿಚಾರ ಚಿಂತನಗಳು) – 2014
2. ಶರಣರ ದಾಂಪತ್ಯ ಧರ್ಮ (ಸಂಪಾದನೆ) – 2017
3. ಭೂಮಿ ಉಳಿಸಿ ಇತರ ಲೇಖನಗಳು – 2018
4. ಬಯಲ ರೂಪ ಮಾಡಿ ಬಯಲಾದ ಬಸವಣ್ಣ – 2018
5. ಕಾಣಬಾರದ ಲಿಂಗ – 2019
6. ವಚನ ಸಿರಿ ಭಾಗ 1 – (ಸಂಪಾದನೆ) –2019
7. ಕನಸುಗಳೇ ಹೀಗೆ (ಕವನ ಸಂಕಲನ) – 2019
8. ನೀನು ಮೌನವಾಗುವ ಮುನ್ನ (ಕವನ ಸಂಕಲನ) – 2019
9. ಗಾಂಧಿಗೊಂದು ಪತ್ರ (ಕವನ ಸಂಕಲನ) – 2021
10. ಸಿಹಿಯಾಯಿತು ಕಡಲು (ಕವನ ಸಂಕಲನ) – 2021
11. ಮಾತಿನಿಂದ ಮೌನಕ್ಕೆ (ಕವನ ಸಂಕಲನ) – 2021
12. ಕಾಡಬೇಡ ಕರೋನಾ – 2021
13. ಮತ್ತೆ ಮರಳಿ ಬನ್ನಿ (ಕವನ ಸಂಕಲನ) – 2022
14. ಭ್ರೂಣ ಬರೆದ ಕವಿತೆ (ಕವನ ಸಂಕಲನ) – 2022
15. ಸೂರ್ಯನೇಕೆ ಮುಳುಗಿದ? (ಕವನ ಸಂಕಲನ) – 2022
16. ಎತ್ತ ಹೋದರು ಶರಣರು – 2021
17. ಮಾಟಕೂಟವೆಂಬ ತೆಪ್ಪವ ಮಾಡಿ – 2022
18. ವಿಳಾಸವದನು ಬಸವಣ್ಣ – 2022
19. ವಚನ ಸಿರಿ ಭಾಗ 1 – 2022
20. ವಚನ ಸಿರಿ ಭಾಗ 2 – 2022

21. ಬಸವ ಧರ್ಮ ಹೇಗೆ ಹೊಸ ಧರ್ಮ – 2022
22. ಲಿಂಗಾಯತ ಮಾನವ ಹಕ್ಕುಗಳ ಚಳುವಳಿ – 2022
23. ಬೇಲಿ ಮೇಲಿನ ಹೂಗಳು ಕವನ ಸಂಕಲನ – 2022
24. ಪ್ರೇಮಪಾರಿವಾಳ ಕವನ ಸಂಕಲನ – 2022
25. ಅರಿವಿನ ದೀವಿಗೆ ಅಲ್ಲಮ – 2022
26. ಭಕ್ತಿ ಎಂಬ ಪೃಥ್ವಿಯ ಮೇಲೆ – 2022
27. ಕನ್ನಡವ ಕಟ್ಟಿದರು ಕಲ್ಯಾಣ ಶರಣರು – 2022
28. ಅಪ್ಪನ ಹೆಗಲು ಕವನ ಸಂಕಲನ ಅಚ್ಚಿನಲ್ಲಿದೆ – 2022
29. ಸದ್ದಿಲ್ಲದೇ ಎದ್ದು ಹೋದೆ ಕವನ ಸಂಕಲನ – 2023
30. ಅನುಭವ ಕಲಶ ಅಮೃತವರುಷ (ಸಂಪಾದನೆ) – 2023
31. ಅನುಭವ ಸಿರಿ (ಸಂಪಾದನೆ) – 2023
32. ವಚನ ಸಿರಿ ಭಾಗ 3 ಸಂಪಾದನೆ – 2023
33. ವಚನಗಳಲ್ಲಿ ಗುರು ಲಿಂಗ ಜಂಗಮ – 2023
34. ಗುಬ್ಬಿ ಹೇಳಿದ ಕಥೆ – ಕವನ ಸಂಕಲನ 2023
35. ಹೊಯ್ದವರೆನ್ನ ಹೊರದವರೆಂಬೆ – 2023
36. ಅನುಭವ ಸಿರಿ ಸಂಪಾದನೆ – 2023
37. ಬಸವ ಭಕ್ತಿಯ ಬೀಜ – 2023
38. ಕಿಚ್ಚಿನಲ್ಲಿ ಕೈ ಹಾಕಿ ಹೆಕ್ಕಿದರು ವಚನಗಳ – 2023
39. ನುಡಿದರೆ ಮುತ್ತಿನ ಹಾರದಂತಿರಬೇಕು 2023
40. ಇಂಕಿಲಾಬ್ ಘೋಷಣೆ ಕವನ ಸಂಕಲನ 2023

⌘⌘⌘

ಡಾ ಶಶಿಕಾಂತ ಪಟ್ಟಣ ಅವರಿಗೆ ದೊರೆತ ಪ್ರಶಸ್ತಿ ಪುರಸ್ಕಾರಗಳು

1. ಅಂತಾರಾಷ್ಟ್ರೀಯ ಔಷಧ ವಿಜ್ಞಾನ ಲೇಖಕ ಪ್ರಶಸ್ತಿ ಭಾರತೀಯ ಔಷಧ ತಯಾರಿಕಾ ಅಸೋಸಿಯೇಷನ್ ಮುಂಬೈ ಇವರಿಂದ 2009
2. ಅಪ್ಪ ಪ್ರಶಸ್ತಿ – ಪ್ರೊ. ವಿಜಯಲಕ್ಷ್ಮಿ ಪುಟ್ಟಿ ಅವರು ನೀಡಿದ ಲಿಂಗೈಕ್ಯ ಮಲ್ಲಪ್ಪ ತಿರ್ಲಾಪೂರ ಸ್ಮರಣಾರ್ಥ
2. ಬಸವ ಶ್ರೀ ಪ್ರಶಸ್ತಿ – ಬಸವ ಕೇಂದ್ರ ಹರಮ ಘಟ್ಟ ಶಿವಮೊಗ್ಗ 2022
3. ಬಸವ ಜ್ಯೋತಿ ಪ್ರಶಸ್ತಿ – ಬಸವ ಜ್ಯೋತಿ ಮಹಿಳಾ ಮಂಡಳ ರಾಣೇಬೆನ್ನೂರು 2022
4. ಗಾಂಧಿಗೊಂದು ಪತ್ರ–ಕವನ ಸಂಕಲನಕ್ಕೆ ಡಾ ಡಿ ಎಸ್ ಕರ್ಕಿ ಸಾಹಿತ್ಯ ಪ್ರಶಸ್ತಿ 2022
5. ಡಾ ಎಂ ಎಂ ಕಲಬುರ್ಗಿ ಸಮಗ್ರ ಸಾಹಿತ್ಯ ಪ್ರಶಸ್ತಿ – 2023 ಜನವರಿ ಕಲ್ಬುರ್ಗಿ ಫೌಂಡೇಶನ್ ಸಿಂದಗಿ ವಿಜಯಪುರ.
6. ಬಸವ ಶಾಂತಿ ಪ್ರಶಸ್ತಿ – ಬಸವ ಶಾಂತಿ ಮಿಷನ್ ಟ್ರಸ್ಟ್, 2023 ಡಿಸೆಂಬರ್

⌘⌘⌘

www.ingramcontent.com/pod-product-compliance
Lightning Source LLC
LaVergne TN
LVHW100301051026
849517LV00006B/2157
* 9 7 8 9 3 9 4 7 7 1 5 3 6 *